கனவில் வந்த மண் குதிரை

பிரேமா இரவிச்சந்திரன்

டிஸ்கவரி பப்ளிகேஷன்ஸ்
எண்: 9, பிளாட் எண்: 1080A, ரோஹிணி பிளாட்ஸ்
முனுசாமி சாலை, கே.கே.நகர் மேற்கு,
சென்னை - 600 078. பேச: 99404 46650

வெளியீட்டு எண்: 0323

கனவில் வந்த மண் குதிரை (சிறுகதை)
ஆசிரியர்: பிரேமா இரவிச்சந்திரன்©
Kanavil Vantha Man Kuthirai (short stories)
Author: Prema Ravichandran©
ஓவியங்கள்: அப்பு சிவா
Print in India

1st Edition : Dec - 2023
ISBN No : 978-81-19541-13-3
Pages - 80
Rs - 120

Publisher • Sales Rights

Discovery Publications
No. 9, Plot,1080A, Rohini Flats,
Munusamy Salai,
K.K.Nagar West, Chennai - 78.
Tamilnadu, India.
Mobile: +91 99404 46650

Discovery Book Palace (P) Ltd
No. 1055-B, Munusamy Salai,
K.K.Nagar West,
Chennai-600 078.
Ph: (044) 4855 7525
Mobile: +91 87545 07070

discoverybookpalace@gmail.com / www.discoverybookpalace.com

இந்த நூலில் பிரசுரமாகியுள்ள எந்த ஒரு பகுதியையும் எழுத்துபூர்வமான முன்அனுமதி பெறாமல் எடுத்தாள்வதோ, மறுபிரசுரம் செய்வதோ, மொழியாக்கம் செய்வதோ, ஊடகங்களில் மறுபதிப்புச் செய்வதோ, காப்புரிமைச் சட்டப்படி தடை செய்யப்பட்டுள்ளது. இந்த நூலிலிருந்து சில பகுதிகளை மேற்கோள்காட்டி நூல்அறிமுகம் செய்யலாம்.

உங்கள் மொபைல் போனிலிருந்து ஸ்கேன் செய்து 'டிஸ்கவரி புக் பேலஸ்' மொபைல் ஆப்பை டவுன்லோடு செய்து, புத்தகங்களை வாங்குங்கள்.

சமர்ப்பணம்

அவர் தம் உலகிற்கு என்னை அழைத்துச் சென்று
வாழ்க்கையை அர்த்தமுள்ளதாக மாற்றும் என்னுடன் பழகும்
இனிய குழந்தைகளுக்கு..

வாழ்த்துரை

தூரத்து உறவைத் தேடிப் பறந்த பட்டாம்பூச்சி!

பயணங்கள் யாருக்குத்தான் பிடிக்காது? புதிதாய் இடங்களைப் பார்க்கவும், மனிதர்களைச் சந்திக்கவும், விதவிதமாய் வாங்கி உண்ணவும், உடுத்தவும் என்று பயணங்கள் எப்போதுமே சுவாரஸ்யமானவையாகத் தான் இருக்கின்றன. அந்தப் பயணத்தில் நாம் நேசிக்கும் நம் மூத்த தலைமுறை உறவுகளும் சேர்ந்துவிட்டால் இன்னும் கொண்டாட்டம் தானே?

அதுதான் நிலனுக்கும் நடக்கிறது. இந்த நூலில் வரும் நிலன் தன் பாட்டி - தாத்தாவின் ஊருக்குப் போகிறான். அவர்களும் இவனது வீட்டிற்கு வருகிறார்கள். அவர்களுடன் இணைந்து தேர் பார்க்கிறான், தஞ்சை கோவிலுக்குச் செல்கிறான், பூங்காவுக்குச் செல்கிறான், அவர்கள் நிறைய விஷயங்களை அவனுக்குக் கற்றுக் கொடுக்கிறார்கள். அவன் மட்டுமல்ல; அவர்களது மகள் யாழினியும், யாழினியின் கணவர் கௌதமும் கூட நிறைய விஷயங்களைத் தெரிந்து கொள்கிறார்கள்.

தாத்தா பேரன், பாட்டி பேரன், பெற்றோர் பேரன் இப்படி விதவிதமான உரையாடல்கள் வழியே அருமையாக நமக்கு நிறைய தகவல்களைக் கடத்திச் செல்கிறார் பிரேமா இரவிச்சந்திரன். பள்ளிகளில் உரையாடல் நிகழ்ச்சி நடத்த விரும்பினால் இதில் ஒன்றை தாராளமாகத் தேர்ந்தெடுக்கலாம்! இது 'பூஞ்சிட்டு' சிறுவர் இதழில் தொடராக வெளிவந்த உரையாடல்களின் தொகுப்பு. ஒவ்வொரு முறை இதழ் வெளியாகும் பொழுது இந்தத் தொடரை ஆர்வமாய் தேடிப் படித்த நினைவு இருக்கிறது. மொத்தமாகப் படிக்கும் பொழுது வேறு வகையான அனுபவத்தைக் கொடுக்கிறது.

மறந்து போய்விட்ட நிறைய விஷயங்களை எனக்கு இந்தப் புத்தகம் ஞாபகப்படுத்தியது. எத்தனையோ முறை தேரோட்டம்

பார்த்திருக்கிறேன்; தினமும் எங்கள் ஊரில் இருக்கும் இரு பெரும் தேர்களின் வழியாக குறைந்தது நான்கு தடவையாவது கடந்து செல்கிறேன். தேர்களின் கட்டமைப்பு, அவற்றின் பின் இருக்கும் அறிவியல், வரலாறு, நடைமுறை பழக்க வழக்கங்கள் என்று எத்தனை எத்தனை தகவல்கள்! அப்பா! பிரமிப்பாக இருந்தது.

தஞ்சை பெரிய கோவில் குறித்த அத்தியாயம் குறிப்பிட்டுச் சொல்லப்பட வேண்டிய ஒன்று. குழந்தைகளுக்கு உகந்த வகையில் தெளிவாகக் கூறப்பட்டிருந்தது. அண்டார்டிகா மற்றும் டிரேக் பாஸேஜ் பற்றிய பல தகவல்கள் இதுவரை நான் அறியாதவை.

பட்டாம்பூச்சி தன் உறவினரான பட்டுப்புழுவின் தடம் தேடிப் பறந்து வந்து பாட்டியின் புடவையில் அமர்வது நல்ல கற்பனை. அதைத் தொடர்ந்து பட்டுப் புழுவின் வாழ்க்கைச் சுழற்சி, அதிலிருந்து பட்டு நூல் தயாரிக்கும் முறை போன்ற விஷயங்களை பாட்டி விளக்குவது அவ்வளவு அழகு! சிறுவயதில் பட்டாம்பூச்சியின் புழுவை வீட்டில் வளர்த்ததும், அதற்கு தினமும் இலைகளைப் பறித்து உண்ணக் கொடுத்ததும் அது பியூப்பாவாக மாறுவதை தினம் தினம் கவனித்ததும், பின் தன் கூட்டினில் இருந்து பட்டாம்பூச்சி உருவெடுத்தவுடன் அதைத் தோட்டத்தில் கொண்டு போய் பறக்க விட்டதுமான இனிய நினைவுகளை இந்த அத்தியாயம் கிளறிவிட்டது.

தாத்தா, பாட்டிகள் எல்லாம் இப்போதும் நம்முடன்தான் இருக்கிறார்கள். நாம்தான் அவர்களைக் கண்டு கொள்வதில்லை. கல்வி, கடமை என்று குறுகிய வட்டத்திற்குள் வாழ்ந்து நிறைய அனுபவங்களைத் தவற விட்டுவிட்ட தலைமுறையைச் சேர்ந்தவள் தான் நானும் என்று தோன்றுகிறது.

தற்போதைய குழந்தைகளுக்கு பழமையையும், அதில் இருக்கும் இனிமையையும் கற்றுத் தர வேண்டும் என்று பல பெற்றோர் தற்போது விரும்புகின்றனர். இணையமும் சமூக ஊடகங்களும் அதற்கு உதவுகின்றன. அண்மையில் ஒரு பாலர் பள்ளியின் நிகழ்ச்சிக்காகச் சென்றிருந்தேன். அந்தப் பள்ளி நிர்வாகத்தினர் குழந்தைகளை வயலுக்கு அழைத்துச் சென்று விவசாயம் செய்வது எப்படி என்று காட்டுகிறார்கள், பானை செய்யும் இடத்திற்கு அழைத்துச் செல்கிறார்கள். குழந்தைகள் தங்கள் கைகளாலேயே மண் பானை செய்தோம், மண்ணில் உருவம் செய்தோம் என்றெல்லாம் விளக்கிய போது எனக்கும் பெருமையாக இருந்தது. கனவில் வந்த மண் குதிரை அத்தியாயமும் இதைத்தான் சொல்கிறது.

அடுத்த தலைமுறைக்கு நல்லவற்றை அறிமுகப்படுத்த ஆசை இருப்பவர்கள் அனைவரும் வாங்கிப் படித்து, தங்கள் குழந்தைகளுக்கும் கொடுக்க வேண்டிய நூல் இது. இந்த நூல் கூறும் வழிமுறையில் தாங்கள் கற்றதையும் பெற்றதையும் தங்கள் குழந்தைகளுக்கும் பேரக் குழந்தைகளுக்கும் பெரியவர்கள் சொல்லித் தரலாம்.

'கனவில் வந்த மண்குதிரை' கொடுக்கும் உந்துதலில் பல புதிய பயணங்கள் ஒவ்வொருவரின் வீட்டிலும் உருவாகலாம். அதுதான் இந்தச் சின்னஞ் சிறிய புத்தகத்திற்குக் கிடைக்க இருக்கும் மாபெரும் வெற்றி!

வாழ்த்துகள் பிரேமா இரவிச்சந்திரன்! உங்களின் அடுத்த சிறுவர் புத்தகத்தை ஆவலுடன் எதிர்நோக்குகிறேன்.

அன்புடன்,
டாக்டர் **அகிலாண்ட பாரதி**,
சங்கரன்கோவில்.

முகவுரை

இந்தப் புத்தகத்தை எந்த வயதினர் வாசித்தாலும் அவர்களுக்கு பயன்படும் அளவிற்கு ஏராளமான தகவல்கள் இருக்கின்றன. பெற்றோர்கள் படித்தால் குடும்பத்தில் உரையாடல்களை ஊக்கப்படுத்தும் உத்வேகத்தினைக் கொடுக்கும். தாத்தா பாட்டி படித்தார்கள் எனில் அவர்களை பேரக் குழந்தைகளிடம் என்னவெல்லாம் பேசலாம் என்று சிந்திக்க வைக்கும். சிறுவர்கள் வாசிக்கும் பொழுது நிலனைப் போல நாமும் எப்படியெல்லாம் கேள்வி கேட்டு நிறைய பயனுள்ள தகவல்களைத் தெரிந்து கொண்டு ஆராய்ச்சி பண்ணலாமென யோசிக்க வைக்கும்.

உண்மையில் நிலனின் கனவில் வந்த மண் குதிரை, நாம் கனவு காணவும் வித்திடும். குழந்தைகளுக்கு பயனுள்ள எதையெல்லாம் சொல்லிக் கொடுக்கலாம், அதுவும் அவர்கள் சலிப்படையாமல் எப்படிச் சொல்லிக் கொடுக்கலாம் என்ற ஆசிரியரின் தீராத வேட்கையும் உயரிய சிந்தனையும் எழுத்தில் பிரதிபலித்திருக்கிறது. மரப்பாச்சி பொம்மை எந்த மரத்திலிருந்து செதுக்குகிறார்கள், அதனை எப்படிப் பார்த்து வாங்குவது போன்ற தகவல்கள் பெற்றோருக்கு உதவும். அலங்காரம் இல்லாத பொம்மையை வாங்கிக் கொடுத்து நம் பிள்ளை அதை வித விதமாக அலங்கரித்துக் காண்பித்தால் நம் மனம் எவ்வளவு பூரிப்படையும் என்றெல்லாம் இந்த புத்தகத்தினை வாசித்தவுடன் நம் வீடுகளில் இதை நடைமுறைப்படுத்த எண்ணம் தோன்றும்.

தேர் என்றால் என்ன? ஊர்மக்கள் ஒன்று கூடி தேர் இழுப்பதன் நன்மை, தேரை எப்படித் திருப்புவது, தேரை எப்பொழுது பின்னோக்கி இழுப்பார்கள்? தேர் எவ்வளவு எடையைத் தாங்கும்? தேரிலுள்ள கணிதம், அறிவியல் என்று ஆசிரியர் அற்புதமாக விளக்கியுள்ளார்.

இன்றையக் குழந்தைகள் உறவுமுறைப் பற்றித் தெரிந்து கொள்ள ஒரு அட்டவணையைப் போட்டு அசத்தி விட்டார் நம் ஆசிரியர்.

தற்காப்புக் கலையின் அவசியத்தையும் அழகாகச் சொல்லி யிருக்கிறார். அந்தக் கலை வெவ்வெறு நாடுகளில் மாநிலங்களில் எப்படிப் பரிணாமப்பட்டிருக்கிறது என்றும் விளக்கியுள்ளார்.

நம்மை அண்டார்டிகாவிற்கும் அழைத்துச் செல்கிறது இவர்களது உரையாடல். அங்குள்ள சூழ்நிலையை நம்மால் காட்சிப்படுத்திப் பார்க்க முடியும் அளவிற்கு ஆசிரியரின் எழுத்து நடை அமைந்துள்ளது.

பட்டாம்பூச்சி என்னவெல்லாம் சாப்பிடும்? பட்டுத் துணிகளை எப்படித் தயாரிக்கிறார்கள்? வேறு ஏதும் மாற்று வழி உள்ளதா? இயற்கையான நீச்சல் குளம் எப்படி இருக்கும்? கோபுரத்தினை எப்படி சாயாமல் கட்டுவது? தஞ்சைக் கோபுரத்தின் அரிதான தகவல்கள் அடங்கியிருக்கும் இந்த நூலினை வாசித்து மற்றவர்களுக்கும் தெரியப்படுத்துங்கள் வாசகர்களே!

புத்தகத்திலிருந்து : "நல்லதுன்னு நினைக்கிற விஷயத்தை நாலு பேர் கிட்ட பகிர்ந்துகிட்டா இன்னும் நல்லது. நம்மால முடிஞ்சது நாம பண்ணுவோம். நல்லதே நடக்கட்டும்"

அன்புடன்

இசை சுரேஷ்

சக எழுத்தாளர்.

என்னுரை

குழந்தைகளின் உலகம் அழகானது, கற்பனை மிகுந்தது, நம்பிக்கை கொண்டது, தெளிவானது, பயமற்றது, ரசனை மிக்கது, இவ்வாறு இன்னும் சொல்லிக் கொண்டே போகலாம். ஒருமுறை அண்ணா நூற்றாண்டு நினைவு நூலகத்திற்கு சிறுவர்களுடன் சென்றிருந்த பொழுது அவர்களுக்கு விருப்பமான புத்தகங்களைத் தேர்ந்தெடுக்கச் சொல்லிவிட்டு நான் ஒரு மேசையின் அருகில் அமர்ந்து கொண்டேன். அவர்கள் எடுத்துக் கொடுத்த புத்தகங்களைக் கண்டபோது அவை பெரும்பாலும் படக் கதைகள், கனவுலகத்தில் கற்பனையாக எழுதப்பட்ட சிறுகதைகள், நிஜங்களுக்கு அப்பாற்பட்டவை, சில விடுகதைகளும் புதிர்களும், பொது அறிவுப் புத்தகங்கள், சுடோகு போன்றவையாக இருந்தன. இயல்பாகவே பிள்ளைகளுக்கு விருப்பமான புத்தகங்கள் இவை. நமது பழைய வரலாற்றுப் புத்தகங்கள் அவர்களுக்கு பிடிக்குமா என்றால் கணினியில் விளையாடி மகிழ்ந்தும், தொலைக்காட்சியில் கேலிச் சித்திரத் தொடர்களைக் கண்டு ரசித்தும் இன்பமாக உணரும் குழந்தைகளுக்கு, நாம் எந்த நிலையிலிருந்து இன்றைய நிலையை அடைந்திருக்கிறோம் என்பதை அறிந்து கொள்ளும் வரலாற்றில் நாட்டம் இல்லை என்பதை, எனது கேள்விக்கு அவர்கள் கொடுத்த பதிலிலிருந்து உணர முடிந்தது. பெரும்பாலான சிறுவர்களது எண்ணம் இதுவாகத்தான் இருக்க வேண்டுமென்பது எனது யூகம்.

நீதிக்கதைகளை சொல்லும் விதத்தில் சுவைபடச் சொன்னால் அவர்கள் மனதில் அவை சிம்மாசனமிட்டுக் கொள்கின்றன. அவ்வாறு இருக்கையில், அவர்களுக்கு ஆர்வமில்லாத சில வரலாற்றுத் தகவல்களை உரையாடல்கள் மூலமாகக் கொடுக்கலாமே என்ற எனது முயற்சியே இந்த நூலானது. பொதுவாக, குடும்பங்களில் பொழுதுபோக்குக் கருவிகளுக்கு ஓய்வு கொடுத்து விட்டு, வயதில் மூத்தவர்களான அனுபவமிக்க குடும்ப உறுப்பினர்களுடன்

குழந்தைகளை உரையாடச் செய்யும் பொழுது, அவர்கள் மனதில் தாக்கம் ஏற்பட்டு, நன்மக்களாக வளரும் வாய்ப்பு அதிகம். பெற்றோரின் அன்பும் தாத்தா பாட்டி எனும் உறவுகளின் அன்பும் கிடைக்காமல், நேரங்களின் பற்றாக்குறையால் சிக்கித் தவிக்கும் இன்றைய உலகில், குழந்தைகள் அவர்களுக்கான உலகத்தில் வாழ்ந்து கொண்டிருக்கிறார்கள். குடும்ப உறுப்பினர்களோடு நாம் நேரம் செலவழித்து அன்பினைப் பகிர்ந்து கொள்ளும் வாழ்க்கை குறைவாக இருக்கும் இக்காலங்களில் அவற்றை மீண்டும் பெற்று வாழும் வாழ்க்கையையே பணத்திற்கு அப்பாற்பட்ட ஆடம்பர வாழ்க்கை எனலாம்.

"கனவில் வந்த மண் குதிரை" எனும் இந்த நூலில், தாய் தந்தையுடன் நகரத்தில் வாழும் நிலன் எனும் சிறுவன், தனது பெற்றோருடன் அவ்வப்பொழுது தாத்தா பாட்டியைக் கண்டு வருவதற்கு கிராமத்திற்குச் செல்லும் பொழுது, அவனுக்கு ஏற்படும் அவர்களுடனான உரையாடல்களின் மூலம் அவன் அறிந்து கொள்ளும் பல தகவல்களைத் தொகுத்து, ஒவ்வொரு தலைப்பிலும் தனித்தனியாகப் பதிய வைத்திருக்கிறேன். தாத்தாவும் பாட்டியும் தன்னுடன் வசிக்கும் பாக்கியம் பெற்ற பேரப்பிள்ளைகள் அருகி வரும் இன்றைய காலங்களில், அவர்கள் தன்னுடன் இருந்தால் வாழ்க்கை எவ்வாறு இருக்கும் என்பதை அனுபவபூர்வமாக எண்ணும்படி இந்த உரையாடல்கள் உணர வைக்கலாம். தகவல்களைக் கொடுக்கும் நோக்கமே இல்லாமல் இயல்பாக வீட்டிலிருக்கும் நேரங்களில் நடக்கும் சிறு சிறு சம்பவங்கள் மாற்றமடைந்து பேரனுடனான அனுபவப் பரிமாற்றமாக அமையும்படி இந்த நூலில் முயன்றிருக்கிறேன். அதிகம் பேசப்படாத அண்டார்டிகா கண்டம் பற்றிய தகவல்களை, பயண அனுபவமாக அமைந்த உரையாடலில் இறுதியாக இணைத்து இருக்கிறேன்.

அயலகத்தில் பிறந்து அங்கேயே வாழும் நமது தமிழகக் குழந்தைகளுக்கு அவர்களது வேரடி மண்ணின் அடையாளங்களைப் புரிய வைப்பது நம் தமிழ்ப் பெற்றோர்களுக்கு மிகப்பெரும் சவாலாக இருக்கிறது. அவர்கள் வாழும் நாட்டிலும் அந்த நாட்டைச் சேர்ந்தவர்களாக இல்லாமல், தனது சொந்த நாட்டிலும் தனக்கான அடையாளங்களைத் தொலைத்து விட்டு வாழும் நிலை, வேறிடம் பெயரும் மக்களுக்கு ஏற்பட்டு விடுகிறது. இதற்கான தீர்வாக அங்குள்ள தமிழகப் பெற்றோர்கள் இணைந்து தமிழ்ப் பள்ளிகளை

அமைத்து, அங்கு வாழும் நமது மண்ணின் குழந்தைகள் மீது உரிமை கொண்டு குழுவாக இயங்கி, பொறுப்புணர்வுடன் நேரங்களை ஒதுக்கி, அவர்களுக்கு அக்கறையோடு தாய்மொழியையும் கலாச்சாரத்தையும் கற்றுக் கொடுக்க முயற்சி செய்கிறார்கள். தனது அடையாளத்தை இழந்து விடக்கூடாது என்கிற பதற்றம் அவர்களிடம் இருக்கிறது. அயல்நாட்டுக் குழந்தைகளுக்கும் நம் நாட்டுக் கலாச்சாரத்தைத் தெரியப்படுத்துகிறார்கள். தமிழகம் வாழ் குழந்தைகள் சிலருக்கும், தன் தாய் மொழியான தமிழைக் கற்பதற்கு வாய்ப்பு குறைவாக இருக்கிறது. இந்நிலையில், அவர்களுடைய அடையாளங்களை அவர்கள் முன்னோர்கள் எழுதிய நூல்களிலிருந்து எப்படிப் பெறுவார்கள்? தன் மண்ணையும் மொழியையும் கலாச்சாரத்தையும் காக்க வேண்டும் என்ற எண்ணம் கொள்ள இளம் வயதில் என்ன வாய்ப்பு இருக்கிறது? பசுமரத்து ஆணி போல் பதியும் வயதில் விட்டுவிட்டு அவர்கள் வளர்ந்த பிறகு என்ன செய்வது? இவ்வாறான சிந்தனைகள் உறங்கவிடாமல் தடுத்தபோது, சிறு முயற்சியாக பூஞ்சிட்டு மின்னிதழுக்கு எழுதிய உரையாடல்களே இவை.

கிட்டத்தட்ட 30, 40 ஆண்டுகளுக்கு முன்பிருந்த இயற்கைச் சூழ்நிலை இன்று இல்லை. இழந்த இயற்கையை மீண்டும் பெற்றதாக இதுவரை எந்த வரலாறும் இல்லை. மறைந்த ஆறுகள், மூடப்பட்ட குளங்கள், எண்ணிக்கையில் குறைந்த பறவை இனங்கள், பூச்சி இனங்கள், நிலப்பரப்பில் குறைந்த காடுகள், அழிந்த கலைகள், காணாமல் போன மனித இனக்குழுக்கள், மாறிவரும் புவிப் பரப்பு, வரையறுக்கப்பட்ட நிலத்தின் வரைபடங்களில் மாற்றம் என இவை யாவற்றையும், கடந்த காலத்தை அறியும் பொழுது மட்டுமே உணர முடியும். எதிர்காலத்தைக் காத்துக் கொள்ள வேண்டுமெனில், மூன்று காலங்களையும் இணைத்துப் பார்க்க வேண்டியிருக்கிறது. நாம் தற்போது பயன்படுத்திக் கொண்டிருப்பது, குழந்தைகளுக்கு கொடுத்துவிட்டுச் செல்ல வேண்டிய இயற்கை வளங்கள். அதனை அளவுக்கு அதிகமாகப் பயன்படுத்தும் பொழுது, அவர்கள் முன் நாம் குற்றவாளிகளாகவே நின்று கொண்டிருக்கிறோம். குழந்தைகள் புத்திசாலிகள். அவர்களுக்குக் கொடுப்பது மட்டுமே நமது கடமை. அந்த வகையில் என்னால் முயன்ற இந்த நூலினை அவர்களுக்கு சமர்ப்பிக்கிறேன். இவை யாவும் பூஞ்சிட்டு எனும் மின்னிதழில் ஒவ்வொரு மாதமும் ஒவ்வொரு தலைப்பில் தொடராக வெளிவந்தவை. தனது பெற்றோருடன் நகர வாழ்க்கை வாழும் நிலன், அவ்வப்போது பள்ளி விடுமுறை நாட்களில், அருகே இருக்கும் கிராமத்தில் வாழ்கின்ற

தனது தாத்தா பாட்டியை காண்பதற்குச் செல்வதை கற்பனையாக வைத்து, அவர்களோடு நடக்கும் உரையாடல்களாக ஒவ்வொரு மாதமும் தொடர்ந்து கொடுத்து வந்ததை, மொத்தமாகத் தொகுத்து இந்த நூல் உருவாகி இருக்கிறது. பள்ளித் தோழர் ஓவியர் அப்பு சிவா அவர்கள் பூஞ்சிட்டு மின்னிதழுக்கு தொடர்ந்து ஓவியங்களை வழங்கி வருபவர். "கனவில் வந்த மண் குதிரை" நூலுக்கு அவர் அளித்த அழகான ஓவியங்கள் நூலுக்கு மெருகூட்டுகின்றன. எழுத்தாளர் கலாப்ரியாவின் மகள் மருத்துவர் மற்றும் எழுத்தாளர் அகிலாண்ட பாரதி நூலினை முழுமையாக வாசித்து விட்டு சிறப்பானதொரு வாழ்த்துரையைக் கொடுத்திருக்கிறார். பூஞ்சிட்டு மின்னிதழில் எழுதி வரும் சக தோழியான இசை சுரேஷ் அவர்கள் நூலினை உள்ளார்ந்து வாசித்து அழகானதொரு முகவுரையை அளித்திருக்கிறார். மூவருக்கும் எனது நெஞ்சார்ந்த நன்றி. நூலினை செம்மையாக வடிவமைத்து முழுமையடையச் செய்த பதிப்பகத்தாருக்கு எனது மனமார்ந்த நன்றி.

பிரியமுடன்
பிரேமா இரவிச்சந்திரன்
சென்னை
9787719581
premachandrueb@gmail.com

பொருளடக்கம்

1. மல்பெரி தோட்டத்திலே ஒரு பட்டாம்பூச்சி — 17
2. தேரும் திருவிழாவும் — 23
3. நிலனின் கோடை விடுமுறை — 30
4. கனவில் வந்த மண் குதிரை — 34
5. விடுமுறையில் நிலன் கற்ற அடிமுறை — 40
6. உறவும் முறையும் — 45
7. நிலனுக்கு பாட்டி கொடுத்தப் பரிசு — 53
8. கொஞ்சம் கதைப்போமா? — 59
9. கோபுரங்கள் சாய்வதில்லை — 64
10. தென்கடைக் கோடி — 70

1.
மல்பெரி தோட்டத்திலே ஒரு பட்டாம்பூச்சி

வார விடுமுறையில் பாட்டி ஊருக்குப் போனாலே ஒரே விளையாட்டுதான். அன்றும் அப்படித்தான். நிலனுக்கு விளையாட வேண்டும் போல் இருந்தது. துணைக்கு ஆட்கள் வேண்டும் அல்லவா? பக்கத்து வீட்டு அபி, ரஃபி என இருவரையும் அருகிலுள்ள மைதானத்தில் விளையாடுவதற்காக அழைத்தான். கண்ணாமூச்சி விளையாட்டு. ஒருவர் கண்களைக் கட்டிக்கொண்டு, பிறர் நகரும் காலடி ஓசையைக் கொண்டும், பேசும் சப்தம் வரும் திசையைக் கொண்டும் அவர்கள் இருப்பிடம் அறிந்து அருகே சென்று தொட வேண்டும். அவ்வாறு தொட்டுவிட்டால், தனது கண்களில் கட்டியிருக்கும் துணியை அவிழ்த்து, தான் தொட்ட நபரின் கண்களைக் கட்டிய பிறகு மீண்டும் விளையாட்டு தொடரும். இதனை விளையாடுவதாக முடிவு செய்தார்கள்.

பசுமையான புல்வெளிகள் இயற்கையாக அமைந்தும், ஆங்காங்கே மலர்களைக் கொடுக்கும் இடுப்பு உயரச் செடிகள் செழிப்பாக வளர்ந்தும் காணப்படுகிற அழகான மைதானம் அது. யார் முதலில் கண்களைக் கட்ட வேண்டுமென்பதை அவர்களாகவே முடிவு செய்து, ஒவ்வொருவராக விளையாடிக் கொண்டிருந்தார்கள். இப்படியே மாலை 6:00 மணி ஆகிவிட்டது. நிலனைக் காணோமே என்று அவனைத் தேடியவாறு பாட்டி மைதானத்திற்கு வந்து விட்டார். இனி..

பாட்டி: நிலன்... உன்னை எங்கெல்லாம் தேடுவது? நமது பக்கத்து வீட்டு அகல்யாவிற்கு இன்று மாலை ஏழு மணிக்கு பிறந்தநாள் விழா கொண்டாடப் போகிறோம் அல்லவா? உங்கள் எவருக்கும் நினைவில் இல்லையா?

நிலன்: இப்பொழுது மாலை 6 மணி தானே ஆகிறது? இன்னும் சற்று நேரம் மட்டும் விளையாடலாம் பாட்டி. எங்களுடன் நீங்களும்

விளையாடுகிறீர்களா? அதன் பிறகு எல்லோரும் ஒன்றாகப் போகலாமே!

அபி: ஆமாம் பாட்டி! நீங்களும் கலந்து கொண்டால் மகிழ்ச்சியாக இருக்கும். இந்த விளையாட்டினை எத்தனை பேர் வேண்டுமானாலும் விளையாடலாம்.

ரஃபி: அபி! இந்த விளையாட்டை நமக்கு சொல்லிக் கொடுத்ததே பாட்டி தான். அவர்களுக்கே சொல்லிக் கொடுக்கிறாயா?

பாட்டி: ஆமாம் செல்லங்களே! ஆனால் இப்போது பாட்டியால் விளையாட முடியாது. கண்ணைக் கட்டிக் கொண்டு நான் எங்கேயாவது கீழே விழுந்து விட்டால் அப்புறம் உங்களது அப்பா தான் வைத்தியம் பார்க்க வேண்டும். நான் இங்கேயே ஓரமாக ஒரு இடத்தில் உட்கார்ந்து கொள்கிறேன். அதனை ரசிப்பதே எனக்கு மகிழ்ச்சி தான்.

நிலன்: சரிங்க பாட்டி! நீங்கள் இங்கே இருக்கும் பொழுது எங்களுக்கும் மகிழ்ச்சியாக இருக்கிறது.

(அருகே அமர்ந்திருக்கும் பாட்டியின் புடவை மீது ஒரு பட்டாம்பூச்சி அமருகிறது. அதை அபி கவனித்து விட்டாள்.)

அபி: நிலன்! அங்கே பாரேன்!! பாட்டியின் புடவை மீது ஒரு பட்டாம்பூச்சி அமர்ந்து இருக்கிறது!!!

பாட்டி: ஆஹா! ஆமாம்!! நானே இப்பொழுதுதான் கவனிக்கிறேன். பட்டுப்பூச்சி பறப்பதற்கு முன்னால் கூட்டுப் புழு பருவத்தில் உறங்கிக் கொண்டு இருந்த கூட்டின் இழை (நூல்) அல்லவா இந்தப் புடவையில் இருக்கிறது!! அதன் குடும்பத்தை அடையாளம் கண்டுபிடித்து விட்டது போலிருக்கிறது.

ரஃபி: பாட்டி! என்ன சொல்ல வருகிறீர்கள்? எங்களுக்கு ஒன்றும் புரியவில்லை! பட்டாம்பூச்சியைப் பார்த்தவுடன் பட்டுப் பூச்சியைப் பற்றி சொல்கிறீர்களே?

பாட்டி: அதுவா? எல்லோரும் இங்கே அருகில் வாருங்களேன்! சொல்கிறேன்.

பட்டாம்பூச்சி தனது இறகுகளில் அழகான வண்ணங்களைக் கொண்டு ஓவியங்களைப் போல சிறகுகளைக் கொண்டிருக்கிறது. பல வண்ண மலர்களில் உள்ள இனிப்புத் திரவமான நெக்ட்டரை அருந்துகிறது. ஆனால் பட்டுப்பூச்சியானது பழுப்பு வண்ணமாகவும் அதன் உடல் புழுவைப் போன்று சற்றுத் தடிமனாகவும் இருக்கிறது.

அதற்கு ஏற்றவாறு அதன் இறகுகளும் இருக்கின்றன. இதை மல்பெரி இலைகளை உணவாக உண்கின்றன. நான் சிறுவயதில் இருந்த போது பட்டுப்புழு வளர்த்த கதையை சொல்லட்டுமா?

நிலன்: கதை என்றால் எங்களுக்கு எல்லாம் மிகவும் பிடிக்கும்! கேட்பதற்குத் தயாராக இருக்கிறோம் பாட்டி!!

பாட்டி: இப்போது நமது ஊரில் பெட்ரோல் நிலையம் இருக்கிறது அல்லவா? அங்கே ஒரு காலத்தில் நமது மல்பெரித் தோட்டம் இருந்தது. மல்பெரி இலைகளை முசுக்கொட்டை இலைகள் என்றும் குறிப்பிடுவார்கள். இவை பட்டுப்புழுவிற்கு உணவாகப் பயன்படுகின்றன.

பட்டுப்பூச்சியின் முட்டைகளை குறிப்பிட்ட எண்ணிக்கையில் ஒரு அட்டையில் ஒட்டி அதற்கான பண்ணைகளில் விற்பார்கள். அதனை விலைக்கு வாங்கி வந்து சரியான வெப்பத்தில் வைத்து பொரிக்க வைப்பார்கள். அவை இரண்டு வாரங்களுக்குப் பிறகு பொரிந்து புழுக்களாக வெளியில் வருகின்றன.

அவற்றை மூங்கில் இழைகளால் பின்னிய அகலமான தட்டியில் பரவி வைப்பார்கள். காலை 8 மணிக்கு ஒரு முறை தோட்டத்திற்குச் சென்று முசுக்கொட்டை இலைகளைப் பறித்து வந்து, சிறு சிறு துண்டுகளாக நறுக்கி புழுக்களுக்கு சாப்பிட வைப்பார்கள். மீண்டும் மாலை 3 மணி அளவில் காலையில் வைத்த இலைகளில் புழுக்கள் உண்டது போக இருக்கும் மீதியை எடுத்துவிட்டு புதிய இலைகளை மாற்றுவார்கள்.

இதனைத் தொடர்ந்து செய்து வரும் பொழுது, புழு வளர்ச்சியடைந்து கொண்டே வரும். வெளிறிய வானத்தின் இலேசான ஊதா நிறத்தில் புழுக்களின் வண்ணம் இருக்கும். மூன்று அல்லது நான்கு வாரங்களில் அடையும் முதிர்ச்சியான பருவத்தை லார்வா என்கிறோம்.

இந்தப் பருவத்தில் இளம் மஞ்சள் நிறமாக அதன் உடல் மாற்றம் அடையும். இப்போது இதனை வேறொரு மூங்கில் தட்டிக்கு மாற்றுவார்கள். நாம் நான்கு குண்டுகளை நடுவில் வர வைக்கும் மேஸ் விளையாட்டு விளையாடுவோம் அல்லவா? அதனைப் போன்ற வளைவான பாதைகள் கொண்ட தட்டியாக அது இருக்கும்.

இப்போது புழுக்களுக்கு மல்பெரி இலைகளைக் கொடுக்க மாட்டார்கள். அதன் வாயிலிருந்து திரவ வடிவமாக வெளியேறும் கசிவு காற்றில் பட்டு, நூலாக மாறும். அந்த நூலைக் கொண்டு நீண்ட முட்டை வடிவத்தில் கூடு அமைக்க, புழு உள்ளே இருந்து கொண்டே வெளிப்பக்கமாக வலை போலப் பின்னி தன்னைத்தானே மூடிக்கொள்ளும்.

மிக நெருக்கமாக இளம் மஞ்சள் நிறத்தில் அழகாக இருக்கும் இந்தக் கூட்டினை ஒரு வாரத்திற்குள் கட்டி முடித்துவிடும். கூட்டிற்குள் லார்வா நிம்மதியாக தனது நீண்ட உறக்கத்தையும் ஆரம்பித்துவிடும். அதற்கு அப்போது உணவே தேவைப்படாது. இப்போது இந்தப் புழுவை பியூப்பாவென்று சொல்வார்கள்.

மேலும் ஒரு சில வாரங்களில் இந்தக் கூட்டைக் கிழித்துக்கொண்டு பட்டுப்பூச்சி வெளியே வந்து அழகாக பறக்க ஆரம்பித்து விடும். ஆனால் பட்டுப்புழுவை பட்டு நூலுக்காக வளர்க்கும் போது நாம் என்ன செய்வோம் தெரியுமா?

கூடு கட்டுவதற்கு ஒரு வாரம் எடுத்துக் கொள்கிறது அல்லவா? அதன் பிறகு நீண்ட உறக்கத்தில் இருக்கும் பியூப்பா பருவத்திலேயே கொதிக்கின்ற சுடுநீரில் கொட்டி அத்தனைப் புழுக்களையும் சாகடித்து

விடுவார்கள். இல்லாவிட்டால், பட்டுப்பூச்சி முழு உருவம் அடைந்து கூட்டைக் கிழித்துக் கொண்டு வெளியே வந்து நூல் அறுபட்டுப் போய் விடும்.

அதனைத் தவிர்ப்பதற்காக பியூப்பாவை வளரவிட்டு பட்டுப்பூச்சியாக பறக்க விட மாட்டார்கள். இப்படி வெந்நீரில் போட்ட பிறகு அதனைச் சுத்தம் செய்து நூற்கண்டாகச் சுற்றி பட்டுத் துணியை நெய்வதற்காகக் கொடுத்து விடுவார்கள். அதன் முட்டைப் பருவத்திலிருந்து கிட்டதட்ட 50 – 60 நாட்களுக்குப் பிறகு நூலை நெய்பவர்களுக்கு விற்று விடுவார்கள்.

பட்டுப்புழு வளர்ப்பு பற்றி உங்களுக்கு ஓரளவு அறிமுகம் செய்திருக்கிறேன். ஏதாவது கேள்வி இருந்தால் கேளுங்க பார்க்கலாம்.

நிலன்: பாட்டி! மல்பெரி இலையைத் தவிர பட்டுப்புழு வேறு எதையுமே சாப்பிடாதா?

பாட்டி: ஏன் சாப்பிடாது? சாப்பிடும். பட்டுப் புழுக்கள் உண்ணும் இலைகள் சார்ந்த மரத்திற்கு ஏற்ப நூல்களின் நிறங்களும் மாறும்.

உதாரணத்திற்கு சொன்னால், நாக மர இலைகளை உண்டு வளர்ந்த பட்டுப் புழுக்களிலிருந்து எடுக்கப்படும் பட்டானது மஞ்சள் நிறமாகவும், எலுமிச்சை மர இலைகளை உண்ட பட்டுப் புழுக்களின் பட்டு நூலானது கோதுமை நிறத்திலும், மகிழ மரத்தின் பட்டு வெண்மையாகவும், ஆல மரத்தினுடையது வெண்ணெய் போன்று சற்று பழுப்பு நிறத்திலும் இருக்கும்.

மேலும் வெவ்வேறு நாட்டில் வளர்கின்ற பட்டுப்பூச்சிகளின் நூல்களின் நிறங்களும் வேறுபட்டவையாக இருக்கின்றன. உதாரணத்திற்கு வங்க நாட்டுப் பட்டு வெண்மையாக மென்மையாகவும், புண்டரீக நாட்டுப் பட்டு மரகதம் போல பளபளப்பாகவும், அஸ்ஸாமைச் சேர்ந்த பட்டு சூரியனின் வண்ணத்திலும் என ஒன்றுக்கொன்று நிறத்திலும் தரத்திலும் மாறுபட்டவை.

ரஃபி: பாட்டி! பட்டு நூலை நெய்கின்ற இடத்திற்கு எங்களை அழைத்துச் சென்று காண்பிக்கிறீர்களா?

பாட்டி: பார்க்கலாம்! ஒரு நாள் விடுமுறையில் முயற்சி பண்ணலாம். பட்டுத் துணிகளை பட்டு நூலால் மட்டுமே நெய்வது, வேறு நூல்களையும் கலந்து நெய்வது, ஒற்றை இழையைக் கொண்டு நெய்வது, இரட்டை இழைகளைக் கொண்டு நெய்வது, மூன்று

மற்றும் நான்கு இழைகளைக் கொண்டு நெய்வது என இன்னும் பல முறைகளை நேரில் பார்க்கும்போது தெளிவாக உங்களால் புரிந்து கொள்ள முடியும்.

ரஃபி: பாட்டி! நீங்கள் கட்டியிருக்கும் புடவையை பட்டுப்புழு கூடு அமைத்திருந்த நூலில் நெய்தார்களா?

நிலன்: ரஃபி! பாட்டி சொல்வதை வைத்துப் பார்த்தால் உனக்குப் புரியவில்லையா? பட்டாம்பூச்சி பாட்டியின் புடவை மீது அமர்ந்த போது அப்படித் தானே சொன்னார்கள்?

அபி: அழகான பட்டுப் புடவைகள் எல்லாம், பட்டுப் புழுக்களை வெந்நீரில் மூழ்கடித்துக் கொன்ற பிறகு நெய்தது என்பது மனதிற்கு வருத்தமாக இருக்கிறது.

பாட்டி: ஆமாம். இதற்கு வேறு ஏதாவது மாற்று வழிகள் இருக்குமா என்று வளரும் பிள்ளைகளான நீங்கள் யோசிக்கலாம். அகிம்சை முறையில் சிந்தித்த மகாத்மா காந்தி, புழுக்களைக் கொல்லாமல் பட்டு நூலைப் பிரித்தெடுக்க வழி தேட கேட்டுக் கொண்டார். இன்று வரை எந்த வழியும் கண்டுபிடிக்கப்படவில்லை. பட்டுப்பூச்சி தனது கூட்டினைக் கிழித்து பறந்து செல்வதால் அறுபட்ட நூல் தரம் குறைந்ததாகக் கொள்ளப்படுகிறது. அதனால் இன்றளவும் அதே வெந்நீர் வழிமுறை தான் தொடர்கிறது.

நமது நாட்டுக் கலைகளில் ஒன்றாக பட்டுப் புடவை நெய்வது கருதப்படுகிறது. அந்தக் கலையையும் காத்து உயிரையும் காக்கின்ற முறை ஏதாவது இருந்தால் நீங்கள் கண்டுபிடியுங்கள்.

நிலன்: விளையாட்டும் உரையாடலுமாகக் கழிந்த இன்றைய மாலைப் பொழுது, அடுத்த கண்டுபிடிப்பை நோக்கி எங்களை நகர்த்துகிறது பாட்டி.

பாட்டி: மிகவும் மகிழ்ச்சி நிலன் குட்டி! உங்கள் எல்லோரிடமும் இவ்வளவு நேரம் உரையாடியது மனதிற்கு திருப்தியாக இருக்கிறது. நான் எதற்கு உங்களையெல்லாம் அழைக்க வந்தேன் என்பதையே விட்டு விட்டேன். சரி நேரமாகிவிட்டது. எல்லோரும் அகல்யாவின் பிறந்தநாள் விழாவிற்குப் போகத் தயாராகலாம்.

பட்டாம்பூச்சிகளாக விளையாட்டு மைதானத்தில் விளையாடிக் கொண்டிருந்த குழந்தைகள், தற்பொழுது பாட்டியுடன் பிறந்தநாள் விழாவிற்குச் செல்லத் தயாரானார்கள்.

2.

தேரும் திருவிழாவும்

நிலனுக்கு அன்று இரவு புரண்டு புரண்டு படுத்தும் தூக்கமே வரவில்லை. எப்படி வரும்? அவனது அப்பா கௌதம், தானாக இயங்கும் கியர் கொண்ட பேட்டரி காரை வாங்கியிருக்கிறார். பாட்டி, தாத்தாவோ தேர்த்திருவிழாவைக் காண ஊருக்கு வரச் சொல்லி இருக்கிறார்கள். காலையில் எழுந்தவுடன் புதிய காரில் தாத்தா, பாட்டியின் வீட்டிற்குப் பயணம். இந்த மகிழ்ச்சி தான் நிலனைத் தூங்கவிடாமல் செய்தது.

விடிந்த பிறகு வழக்கமான காலைப் பொழுதான அன்று, நிலனும் அவனது அம்மா, அப்பாவும் கிராமத்திற்குச் செல்ல தயாரானார்கள். புதிய காரை ஓட்டுவது எளிது என்பது நிலனுக்குத் தெரிந்திருந்ததால் அதனை அப்பா எப்படி இயக்கப் போகிறார் என்பதையும் காண அவனுக்கு ஆசை.

இனி...

நிலன்: *அம்மா! இன்றைக்கு நான் காரில் முன் சீட்டில் உட்காருகிறேன். அப்பா கார் ஓட்டுவதை நான் பார்க்க வேண்டும்.*

யாழினி: *சரி நிலன்! ஆனால் அப்பாவிடம் பேசிக்கொண்டே வந்தால் கார் ஓட்டுவதிலிருந்து அவரது கவனம் உன்னிடம் திரும்பி விடும். அது பாதுகாப்பு இல்லை. கேள்விகள் எதுவும் கேட்காமல் அவர் கார் ஓட்டுவதை மட்டும் கவனி! வீட்டிற்குப் போன பிறகு விளக்கம் கேட்டுக் கொள்ளலாம்.*

கௌதம்: *நிலன்! நான் இந்தக் காரை ஓட்டுவது ஒன்றும் பெரிய விஷயமே இல்லை. நாம் இப்போது பாட்டி தாத்தா ஊருக்குச் சென்று தேர்த் திருவிழாவைப் பார்க்கப் போகிறோம் அல்லவா? அந்த மிகப்பெரிய தேரை பெருங்கூட்டமாக மக்கள் இணைந்து, ஊரின் முக்கியமான பாதைகளில் இழுத்து வருவார்கள். அதனைக்*

காண்பதற்கு சுலபமாகத் தெரிந்தாலும், அடிப்படையில் மக்கள் அனுபவத்தில் பெற்ற தொழில்நுட்ப அறிவியல் அதில் இருக்கிறது. அதனைப் பற்றி அம்மாவிடம் நீ கேட்டுத் தெரிந்து கொள். இந்தப் பயணமும் உனக்கு உபயோகமாக இருக்கும்.

நிலன்: சரிங்க அப்பா! நீங்கள் காரை ஓட்டும்போது எந்த கியரில் வைத்து இயக்குகிறீர்கள், எப்போது ஆக்சிலேட்டர் கொடுக்கிறீர்கள், எப்பொழுது பிரேக் போடுகிறீர்கள், ஹாரன் கொடுப்பது எப்பொழுது என்பதை எல்லாம் நான் சிறிது நேரத்திலேயே கவனித்து விட்டேன். தேர் இழுப்பது பற்றியும் தெரிந்து கொள்ள விரும்புகிறேன். அம்மா! நீங்கள் சொல்லுங்களேன். கேட்பதற்கு மிகவும் ஆர்வமாக இருக்கிறது.

யாழினி: முதலில் தேர்த் திருவிழாவை எதற்காக நடத்துகிறார்கள் என்பதை சொல்கிறேன் நிலன். கவனமாக கேட்டுக்கொள். கடவுளை மையமாக வைத்து தான் இந்தத் திருவிழாவே நடக்கிறது என்றாலும் மக்களது ஒற்றுமையை பலப்படுத்துவது தான் முக்கியமான நோக்கம்.

நமது கோவில்களை ஒத்த உருவ அமைப்பு தேருக்கும் இருக்கிறது. கோவிலின் கருவறையில் இருப்பது போலவே தேர் பீடத்திலும் மக்கள் வணங்கும் கடவுளின் சிலையை அமர்த்தி இருப்பார்கள்.

மரவேலை செய்கிற தச்சர், இரும்புக் கொல்லர், கொத்தர், துணிகளை வெளுத்துக் கொடுக்கும் வண்ணார்கள், பூஜை செய்பவர்கள், கயிறு திரிப்பவர்கள் என எல்லோரிடமும் தொழில்நுட்பஅறிவியலும் கணிதமும் அவரவரது தொழிலுக்குத் தேவையான அனுபவ அறிவாக தேரின் ஆற்றலை விட அதிகமாக இருக்கும். இவர்கள் ஒன்றிணைந்தால் தான் ஊர் மக்களோடு சேர்ந்து தேரையே இயக்க முடியும். ஊரின் ஒற்றுமையை இந்தத் திருவிழாவின் பொழுது இன்னும் அறியலாம்.

இவர்கள் மட்டுமல்லாமல் பிற தொழில்களை செய்பவர்களும் இந்தத் திருவிழாவில் பங்கு பெறுகிறார்கள். பூமாலை கோர்ப்பவர்கள், நடனக் கலைஞர்கள், விழாவின் போது வியாபாரம் செய்யும் வியாபாரிகள், சமையல் கலைஞர்கள், வானவேடிக்கைக்கான பட்டாசுகளின் தயாரிப்பு, வெளியூரிலிருந்து உறவினர் வருகைக்கான தங்கும் வசதி, காவல்துறைக் கண்காணிப்பு, அவசர சிகிச்சைக்கான மருத்துவ வசதி, மின்சாரம் தாக்கி விபத்து நேராமல் இருக்க மின்துறையைச் சேர்ந்தவர்களின் பணியென இப்படியெல்லாம் சேர்ந்தது தான் ஒரு பண்டிகை.

நிலன்: எங்களது பள்ளியில் நடத்தும் விளையாட்டுப் போட்டிகளும் கலை நிகழ்ச்சிகளும் கூட இவ்வாறான காரணங்களுக்காகத் தான் நடக்கின்றனவா, அம்மா?

யாழினி: ஆமாம் நிலன். அதனோடு திறமையானவர்களைக் கண்டடைவதும், நம் திறமையை மேலும் வளர்த்துக் கொள்வதும் விளையாட்டுப் போட்டிகளில் சாத்தியமாகிறது. மக்கள் அனைவரும் ஒருவரோடு ஒருவர் பழகுவதும், அன்பினைப் பரிமாறிக் கொள்வதும் தான் பண்டிகைகளின் முக்கிய நோக்கமே. அசுரர்களும் தேவர்களும் தங்களுடைய ஆணவத்தை ஒழித்து ஒற்றுமையானதாக புராணக் கதைகளில் சொல்லப்பட்டிருப்பதை அடிப்படையாகக் கொண்டு தான் இந்தத் தேர்த் திருவிழாவே நடக்கிறது.

அதேபோல ஊரிலும் உயர்வு, தாழ்வு இல்லாமல் எல்லோரும் சமம் என்பதை அனைவரும் கூடி நடத்தும் இந்த விழா உணர வைக்கிறது.

நிலன்: ஊர் கூடி தேர் இழுப்பதின் நன்மை நன்றாகவே புரிகிறது அம்மா. அதில் உள்ள தொழில்நுட்ப அறிவியலையும் கணிதத்தைப் பற்றியும் கூட சொல்கிறீர்களா?

யாழினி: அதனை நீ தாத்தா பாட்டியிடம் கேட்டுக்கொள் நிலன்! அவர்கள் உனக்கு இன்னும் விளக்கமாகவே சொல்வார்கள்.

கௌதம்: ஆமாம் நிலன். நாம் பேசிக்கொண்டே வீட்டிற்கே வந்து விட்டோம். தாத்தா பாட்டிக்காக வாங்கிய பொருள்கள் எல்லாம் பையில் இருக்கின்றன. அதனையும் எடுத்துக் கொண்டு காரிலிருந்து கீழே இறங்கு பார்க்கலாம்.

பாட்டி: யாழினி வாம்மா! வாங்க கௌதம்! நிலன் குட்டி! நீ கொஞ்சம் உயரமாக வளர்ந்து விட்டாயே! பெரிய பையன் ஆகிறாய்! பயணம் எளிதாக இருந்ததா? ஊரில் திருவிழாக் கோலம் களைகட்டுகிறது. சற்றுமுன் தான் நானும் கோவிலுக்குச் சென்று வந்தேன். நீங்கள் எல்லோரும் கை, கால்களை அலம்பி விட்டு முதலில் சாப்பிட அமருங்கள். நாளை இழுக்கப் போகும் தேரினை அலங்காரத்துடன் தயாராக நிறுத்தி வைத்திருக்கிறார்கள். அனைவரும் சென்று பார்க்கலாம்.

தாத்தா: ஆமாம். முதலில் எல்லோரும் சாப்பிடுங்கள். நிறைய கடைகள் புதியதாக வந்திருக்கின்றன. நிலனுடன் அங்கு சென்று அவனுக்கு வேண்டியதையும் வாங்கிக் கொடுக்கலாம்.

கௌதம்: மாமா! நிலனுக்கு கடையில் வாங்கும் பொருள்களைப் பற்றியெல்லாம் ஒன்றும் ஆசையில்லை. தேர் ஓடுவதில் இருக்கும் தொழில்நுட்ப அறிவியலும் கணிதமும் தான் வேண்டுமாம். அதைப் பற்றி அவனுக்கு, நீங்கள் சொன்னால் தான் சிறப்பாக இருக்கும்.

தாத்தா: ஓ! அப்படியா?! என் பேரன் அவ்வளவு வளர்ந்து விட்டானா? இன்று மாலை கோவிலுக்குச் சென்று தேரைப் பார்க்கும்போது அதைப் பற்றி விளக்கமாகச் சொல்கிறேன்.

(அனைவரும் ஒன்றாக உணவருந்திய பிறகு, தேரைக் கண்டு வர மாலை நேரத்தில் மகிழ்ச்சியாக கோவிலுக்குச் செல்கிறார்கள்.)

பாட்டி: நிலன்! அங்கே நிற்கும் தேரைக் கவனித்தாயா? நமது ஊரின் தேருக்கு இரண்டு இரும்பு அச்சுகளால் இணைத்த ஆறு சக்கரங்கள் இருக்கின்றன. இதன் மேல் இருக்கும் தேரின் மரப்பகுதியில் புராணக் கதைகளில் வரும் சிற்பங்களைச் செதுக்கி இருக்கிறார்கள்.

தேரை இழுப்பதற்கு நீண்ட சங்கிலியும், தேங்காய் நாரில் செய்த வடங்களும் தயாராக உள்ளன. கால்களைத் தூக்கியவாறு இருக்கும் பெரிய குதிரை பொம்மைகளை முன்பக்கமாக தேரில் கட்டி வைத்திருக்கிறார்கள்.

தேரின் பீடத்தில் ஒவ்வொரு மூலையிலும் துவாரங்கள் அமைந்து, அதில் குறிப்பிட்ட எண்களில் கால்களைப் பொருத்தி இருக்கிறார்கள். இதில் உட்பக்கமாக இருக்கும் கனமான இரும்பு வளையத்தில் பனைமரக் கால்களைச் செதுக்கி செருகுவார்கள்.

பனை மரத்தின் மேல் பக்கமும் கூர்மையாக இருக்கும். இதன் மீது தேரின் மேல்புறத்தைக் கட்டியிருக்கிறார்கள். இந்தக் கூரைதான் அலங்காரங்களை எல்லாம் தாங்கி நிற்கும். இரும்பு வளையங்களில் செருகி இருக்கும் கால்கள்தான் முழு பாரத்தையும் சுமக்கும்.

தேரின் மேல்புறத்திற்கும் மேலே விமானம் போன்ற அமைப்பினை மரச் சட்டங்களால் அமைத்திருக்கிறார்கள். அதன் உச்சியில் கலசம் வைத்திருக்கிறார்கள். கூம்பு போன்ற விமான அமைப்பை துணிகளால் அலங்கரித்து இருக்கிறார்கள்.

முன்புறத்தில் கட்டப்பட்டிருக்கும் குதிரை பொம்மைகள், யாளி பொம்மைகள், அலங்காரத் தட்டிகள் என எல்லாவற்றையும் அதன் எடை கணக்கைக் கணக்கிட்டு தான் செய்திருப்பார்கள்.

இது மட்டுமில்லாமல் கயிறு திரிக்கும் தொழிலாளர்கள் தயாரிக்கும் தடிமனான தேங்காய் நாரால் ஆன வடங்களையும் அதன் அளவு, எடை போன்றவற்றை தேரோடு ஒப்பிட்டு அதற்கு ஏற்றவாறு கணக்கிட்டுத் தான் தயாரிப்பார்கள்.

அந்தக் கயிற்றிற்கு அருகில் கீழே ஒரு முட்டுக்கட்டை இருக்கிறது பார்த்தாயா நிலன்? இதைத் தான் ஓடும் தேரை நிறுத்துவதற்குப் பயன்படுத்துகிறார்கள். இந்தக் கட்டைகளை நிறைய எண்ணிக்கையில் செய்து வைத்திருப்பார்கள். ஏனென்றால் பாரம் தாங்காமல் அவை உடைந்து போகலாம் அல்லவா? அதன் காரணமாகத் தான். இது மட்டும் அல்லாமல், தேரின் முன் பக்கத்தில் அதன் வலப் பக்கமும் இடப் பக்கமும் இருக்கும் கயிற்றை இழுப்பதை விட்டு விட்டு, எதிர்ப்புற விசையைக் கொடுத்து, தேரோடும் வேகத்தைக் குறைப்பதற்காக பின்பக்கத்தில் அதனோடு கட்டியிருக்கும் ஒற்றைக் கயிறை இழுப்பார்கள்.

(அருகே இருந்த வேறு பல கட்டைகளைக் காண்பித்து) இந்தக் கட்டைகளை கவனித்தாயா நிலன்?! ரயில்வே ஸ்லீப்பர் கட்டைகள் போலவே இவை இருக்கின்றன. இதை பரப்புக் கட்டைகள் என்று சொல்லுவார்கள். தேர்ச் சக்கரம் தரையில் பதிந்திடாமல் இருப்பதற்காக, அதன் ஓடும் பாதையில் சக்கரத்திற்குக் கீழே இந்தக் கட்டைகளைப் பரப்பி வைப்பார்கள்.

நிலன்: பாட்டி! நீங்கள் சொல்வதெல்லாம் கேட்பதற்கு மிகவும் ஆச்சரியமாக இருக்கிறது. எனக்கு இப்போது ஒரு சந்தேகம் வருகிறது. அப்பா கார் ஓட்டும் போது இடப் பக்கமோ வலப் பக்கமோ திரும்ப வேண்டுமென்றால் ஸ்டியரிங்கைக் கொண்டு தேவையானபடி சுழற்றுவார். இந்தத் தேருக்கு எங்கே ஸ்டியரிங் இருக்கிறது?

தாத்தா: நல்லதொரு கேள்வியைக் கேட்டிருக்கிறாய்! அதனையும் விளக்கமாகச் சொல்கிறேன். நன்றாக கவனித்துக் கேளேன்!

நான்கு வீதிகள் சந்திக்கும் இடத்தில் தான் தேர் திரும்பும். நீளம், அகலம், பருமன் என கணக்கிட்டுச் செய்த பெரிய இரும்புத் தகடின் மீது, கிரீஸைக் கொட்டி தயாராக வைத்திருப்பார்கள்.

தேரை வலப் பக்கமாகத் திருப்ப வேண்டுமெனில், இடப் பக்கத் தேரின் சக்கரத்தை ஜாக்கியால் தூக்கி சாரடிக் கட்டையில் தாங்கி வைப்பார்கள். வலப் பக்கச் சக்கரத்தை முட்டுக்கட்டையைப் பயன்படுத்தி ஓட்டத்தைத் தடை செய்து வைப்பார்கள்.

பிறகு இடப் பக்கச் சக்கரங்களை கிரீஸ் மேல் சுலபமாக வழுக்கிப் போகும்படி பின்புறமாக புல்டோசர் மூலம் இடிப்பார்கள். இடப் பக்க வடங்களை மட்டும் முன்புறமாக இழுப்பார்கள். இதனால் சட்டென்று தேர் குலுங்கியவாறு 90 டிகிரி கோணத்தில் திரும்புவதை வேறு எங்கேயுமே காண முடியாது. அத்தனை அழகாகத் திரும்பும்.

நிலன்: தாத்தா! இதையெல்லாம் எனக்கு கற்பனை செய்து பார்க்கும்போதே ஆசையாக இருக்கிறது. நமது வீடு இருக்கும் தேரடி வீதியில் உள்ள தேரை நாளைக்கு முழுமையாகப் பார்க்கலாமா?

கௌதம்: அதற்குத் தானே வந்திருக்கிறோம் நிலன். தாராளமாகப் பார்க்கலாம். மக்கள் கூட்டம் அதிகமாக இருக்கும் போது நீ பாதுகாப்பாகவும் இருக்க வேண்டும். திருவிழாக் காலங்களில் சில நேரங்களில் விபத்தும் நடப்பது உண்டு. இப்படி இழுக்கும் தேர் கூட கீழே சாய்ந்து விழுந்து மக்கள் உயிரை விட்டிருக்கிறார்கள்.

தாத்தா: ஆமாம். தேர் இழுக்கும் தொழில்நுட்பத்தில் பிசகு ஏற்பட்டால் விபத்து தான் நடக்கும். அப்படி நடப்பது மிகவும் அரிது. தேரின் விமானத்தில் போர்த்தும் தேர்ச் சீலைகள் கூட எத்தனை சதுர அடிகள் இருக்க வேண்டும் எனும் கணக்கு இருக்கிறது. நான்கு வாசல் மாலைகளும் தொம்பைகளும் கூட கணக்குதான்!

முட்டுக்கட்டைகள், பரப்புக்கட்டைகள், சாரடிக்கட்டைகள், தேரில் தூண்களாக இருக்கும் பனை மரங்கள், சவுக்கு மரங்கள்,

மூங்கில்கள், என இவை யாவற்றிற்கும் அதன் நீளம் அகலம் எடை என அனைத்திலும் கணக்கு இருக்கிறது. சக்கரத்தின் அளவும் பீடத்தின் அளவும் தேர் இருக்க வேண்டிய உயரமும் கணக்கிட்டுத் தான் செய்கிறார்கள்.

ஒரு தேரை உருவாக்கி வீதியில் ஓட வைக்க, கூடி வேலை செய்யும் தொழிலாளர்களின் கணக்கு பிசகுவதே இல்லை. பல்லவர்கள் காலத்திலேயே தேர் ஓடியதாக வரலாறு இருக்கிறது. அந்தக் காலத்தில் முட்டித் தள்ளுவதற்கு புல்டோசரோ, சக்கரத்தை உயர்த்த ஹைட்ராலிக் ஜாக்கியோ கிடையாது. முழுக்க முழுக்க மனித சக்தியால் மட்டுமே இயங்கியது. அதுவும் மிகப்பெரிய தேரான திருவாரூர் தேரை உனக்குத் தெரியும் தானே? அது இப்போது இருக்கும் அளவைவிட அந்தக் காலத்தில் மிகப் பெரியதாக இருந்தது.

தஞ்சாவூரை ஆண்ட சரபோஜி மன்னர் காலத்தில் அவர் உத்தரவின் பேரில் தமிழ்நாட்டின் பல பகுதிகளிலிருந்து தேரை இழுக்க 25 ஆயிரத்திற்கும் மேற்பட்ட மக்களை வரச் சொல்லியதைக் குறிப்பிட்டிருக்கும் ஆவணம் கூட சரஸ்வதி மகாலில் இருக்கிறது. இதைப் பார்த்தாலே தேர் இழுப்பதில் உள்ள பிரம்மாண்டம் புரியும் நமக்கு.

யாழினி : அப்பப்பா! ஊர் கூடி தேர் இழுப்பதில் எத்தனை பலம்??!! கற்பனை செய்து பார்க்கவே வியப்பாக உள்ளது. 'ஒற்றுமையே பலம்' எனும் பழமொழி எத்தனை உண்மை!! இந்தப் பழமொழி ஊருக்கும் பொருந்தும், வீட்டிற்கும் பொருந்தும்.

நிலன்: தாத்தா பாட்டியைப் பார்ப்பதற்காக ஊருக்கு வந்தாலே என்னுடைய பள்ளியின் பாடப்புத்தகத்தில் இல்லாத தகவல்கள் எல்லாம் கிடைக்கின்றன. நாளைக்கு தேர் இழுக்கும் போது நான் தெரிந்து கொண்ட தகவல்களை எல்லாம் கண்ணால் பார்த்து உணரப் போகிறேன். எங்கள் பள்ளியின் தமிழ் ஆசிரியர், தினமும் ஒரு புதிய தகவலாக ஒவ்வொருவரையும் சொல்லச் சொல்லுவார். நான் தேரைப் பற்றிப் பேசப் போகிறேன்.

கௌதம்: தேரையும் திருவிழாவையும் ஓரளவு தெரிந்து கொண்டாய் நிலன். இப்போது வீட்டிற்குப் போகலாம். நேரமாக தூங்கி காலையில் சீக்கிரமாகவே எழுந்திருக்கலாம். அப்போதுதான் தேர் திருவிழாவில் கலந்து கொள்ள அதிகாலையிலேயே தயாராகலாம்.

(அனைவரும் மகிழ்ச்சியோடு அடுத்த நாளின் விடியலை எதிர்பார்த்து வீட்டிற்குச் சென்றார்கள்.)

3.
நிலனின் கோடை விடுமுறை

அதிகாலை நான்கு மணிக்கு சேவலின் கூவல், நிலனின் தாத்தாவை எழுப்பிவிட்டது. படுக்கையிலிருந்து எழுந்த அவர் தனது தோட்டத்திற்குச் செல்வதற்காக தயாராகிக் கொண்டிருந்தார். 5 மணிக்கு மீண்டுமொரு முறை சேவல் கூவிய போது நிலனையும் தாத்தா எழுப்பி விட்டார்.

பாட்டியும் இவர்களுடன் வருவதற்குத் தயாராகிக் கொண்டிருந்தார். யாழினியும் கௌதமும் அவர்களது அலுவல் பணியின் காரணமாக வீட்டில் இருந்தபடியே மடிக்கணினி மூலம் வேலைப் பார்க்க வேண்டுமென்று கூறியவாறு வர மறுத்து விட்டார்கள்.

இருள் மெல்ல விலகி, சூரியன் உதிப்பதற்கு முன்பே அதிகாலை நேரத்து வெளிச்சத்தில் மூவருமாக அருகே இருக்கும் தோட்டத்திற்கு நடந்து சென்றார்கள். இரண்டு அடிகள் மட்டுமே அகலம் இருந்த வயல் வரப்பின் நடுப்பகுதியில் மண்ணும் அதன் இருபுறமும் வளர்ந்திருந்த பசுமையான கோரைப் புற்களும் பார்ப்பதற்கு அழகாக இருந்தன.

தோட்டத்தில் இருந்த புல்வெளியில் நல்ல சிவப்பு நிறத்தில் வெல்வெட் பூச்சிகள் சிறியதும் பெரியதுமாக ஆங்காங்கே ஊர்ந்து கொண்டிருந்தன. வெல்வெட் மீது விரலை வைத்தால் மெது மெதுவென்று இருக்கும் அல்லவா? அதனை தொட்டுப் பார்க்க நிலனுக்கு மிகவும் ஆசை.

தாத்தா ஒரு காலி தீப்பெட்டியை அவனிடம் கொடுத்து, அதில் சிறிது பசும் புல்லை பரப்பி விட்டு, ஒரு வெல்வெட் பூச்சியை அதனுள் வைத்து அழகு பார்ப்பதற்காக கொடுத்தார். இன்னும் சிறிது காலாற நடந்து செல்லும் பொழுது வழியில் தென்பட்ட பூந்தோட்டத்தில் பல வண்ண பட்டாம்பூச்சிகள் ஆங்காங்கே பறந்து கொண்டிருப்பதைக் காண்பதற்குக் கொள்ளை அழகு!

தட்டான்பூச்சி தாழ்வாகப் பறந்து கொண்டிருப்பது, எங்கோ அருகில் மழை பெய்து கொண்டிருப்பதையும் அறிவித்தது. தாத்தா சேற்றில் இறங்கி வயல்வெளியில் வரப்புகளை உடைத்து பாத்திகளில் நீரைப் பாய்ச்சிக் கொண்டிருந்தார். அதன் தெளிவான நீரில் வயல் நண்டு ஒன்று நகர்ந்து சென்றது.

வயல்வெளியில் தாத்தாவுடன் தானும் இறங்குவதற்கு ஆசைப்பட்ட நிலனுக்கு அங்கிருந்த மண்புழுவைப் பார்த்தவுடன் பயமாகிவிட்டது.

நிலன்: தாத்தா மண்ணில் புழுவெல்லாம் இருக்கும் பொழுது அதன் மீது எப்படி உங்களால் நிற்க முடிகிறது?! உங்களை மண்புழுக்கள் கடித்து விடாதா?

தாத்தா: மண்புழு மண்ணின் வளத்தை உயர்த்தும், நிலன். அதனுடைய கழிவுகள், செடிக்கு இயற்கை உரமாகிறது. புழுவை நாம் அழிக்காமல் இருந்தாலே போதுமானது. நம்மை அவை கடித்து தீங்கு விளைவிப்பது எல்லாம் இல்லை.

நிலன்: தாத்தா! ஆனால் நிலத்தில் இந்தப் புழுக்களை அதிகமாகக் காண முடிவதில்லையே?

தாத்தா: மண்ணை இயற்கையாக இருப்பதற்கு எவரும் விடுவதில்லை. எதற்கு எடுத்தாலும் நெகிழிகளை அதிகமாகப் பயன்படுத்திய பின்பு குப்பைகளாக தூக்கி எறிந்து அவை நிலத்தில் குவிந்து கிடக்கின்றன. விவசாயம் செய்யும் விளைநிலங்களில் பூச்சிக்கொல்லி மருந்துகளையும் ரசாயன உரங்களையும் தெளிப்பதால் கிராமங்களிலும் இப்புழு பூச்சிகள் அழிந்து தான் வருகின்றன.

பாட்டி: தாத்தாவுக்கும் பேரனுக்கும் பேச்சுவார்த்தை நடக்கிறதா? முதலில் சாப்பிடுவதற்கு இருவரும் வாங்க!

பிரேமா இரவிச்சந்திரன்

நிலன்: வருகிறோம் பாட்டி! எனக்கு மிகவும் பசிக்கிறது.

பாட்டி: பக்கத்துத் தோட்டத்தில் வாழை இலையை அறுத்து எடுத்துக் கொண்டு வருவதற்கு சிறிது நேரம் ஆகிவிட்டது கண்ணா! இப்பொழுது தயாராக இருக்கிறது. கையைக் கழுவிய பிறகு சாப்பிட அமருங்கள்.

நிலன்: இலையில் சாப்பாடா?!! எனக்கு ரொம்பவும் பிடிக்கும்.

பாட்டி: நகரத்தில் இருப்பதைப் போல ஒரு முறை பயன்படுத்திய பிறகு குப்பையில் தூக்கி எறியும் நெகிழித் தட்டு, டம்ளர் என எதுவுமே இங்கே இல்லை, நிலன் குட்டி.

அந்தக் காலத்தில் குளிர்பானங்களை வாங்கும் பொழுது கண்ணாடி பாட்டிலில் கொடுப்பார்கள். நாம் பயன்படுத்திவிட்டு அந்த பாட்டிலை வாங்கிய கடையிலேயே கொடுத்து விடுவோம். அவற்றை சுத்தப்படுத்திவிட்டு மீண்டும் பயன்படுத்துவார்கள்.

கடையில் வாங்குகின்ற சமைத்த உணவுப் பொருள்களை வாழை இலை, பாக்கு மட்டை போன்றவற்றில் கட்டிக் கொடுப்பார்கள். மளிகைப் பொருட்களை வாங்கும் பொழுது காகிதத்தில் பொட்டலமாக மடித்து, சணல் கயிற்றால் கட்டிக் கொடுப்பார்கள்.

ஒரு முறை பயன்படுத்திவிட்டு தூக்கி எறிகின்ற நெகிழிப் பொருள்கள் அக்காலங்களில் மிக மிகக் குறைவு. தொழில்நுட்பம் வளர வளர அவற்றைக் கொண்டு நம்மை அழித்துக் கொள்வதற்கும் நாம் பயன்படுத்திக் கொண்டிருக்கிறோம். தனது பொருட்களை விற்பனை செய்கின்ற நிறுவனங்கள் இதற்கான பொறுப்பை ஏற்க வேண்டும்.

தனி மனிதனாக நாம் பயன்படுத்துவதால் ஏற்படும் கழிவுகளைக் குறைப்பதற்கு, வீட்டிலிருந்தே கைப்பைகளை எடுத்து வந்து கடைகளில் பொருள்களை வாங்கலாம். அவற்றையும் மீறி நெகிழிப் பைகளில் அடைத்து வைத்தவற்றை வாங்க வேண்டி வரும் பொழுது, பயன்படுத்திவிட்டு கழிவினை முறையாக அப்புறப்படுத்தலாம். பயணத்தின் போது தேவைப்படும் தண்ணீர்க் குடுவையை வீட்டிலிருந்தே எடுத்து வரலாம். கடையில் வாங்கி காலி டப்பாவை குப்பையில் தூக்கி எறிவதையும் தவிர்க்கலாம்.

தாத்தா: இவ்வாறெல்லாம் கடைபிடித்து வந்தால், நிலத்தின் இயற்கை அழகைக் கொண்டு வர முடியாவிட்டாலும் மிகவும் அசுத்தப்படுத்தாமல் இருக்கலாம் அல்லவா?

நீங்கள் அதிகாரிகளாகவும் அரசியல்வாதிகளாகவும் வரும்பொழுது, உணவுப் பொருள்களையோ குடிநீரையோ வாங்கி பயன்படுத்திவிட்டு,

அதன் காலியான கலன்களை மீண்டும் கடைகளுக்கே கொடுக்க வேண்டும் என்கிற பழைய முறையையே கொண்டு வந்தால்தான் இந்தக் கழிவுகளைக் குறைக்க முடியும்.

நிலன்: சரிங்க தாத்தா! அதுவரை என்னால் இயன்றவரை குப்பைகளைக் குறைக்கும் முறைகளை கண்டிப்பாகக் கடைபிடிக்கிறேன். எனது நண்பர்களுக்கும் சொல்கிறேன்.

பாட்டி: நல்லது என்று நாம் நினைப்பதை நான்கு பேரிடம் பகிர்ந்து கொண்டால் இன்னமும் நல்லது. நம்மால் முடிந்ததை நாம் செய்வோம். நல்லதே நடக்கட்டும்.

உச்சந்தலைக்கு மேலிருந்த சூரியன் மேற்குப் பக்கமாக சாய்ந்து கொண்டு வருகிறது. பொழுது சாய்வதற்கு முன்னால் நாம் வீட்டிற்குக் கிளம்பி விடலாம்.

சூரியன் நகரும் பொழுது, சாயும் நிழலை வைத்து நேரத்தைக் கணிக்கும் பாட்டி, இவ்வாறாக சொன்ன பிறகு அனைவரும் வீட்டிற்குக் கிளம்புவதற்கு முன் முடிக்க வேண்டிய வேலைகளில் ஆயத்தமானார்கள்.

4.
கனவில் வந்த மண் குதிரை

வழக்கமான மாலை நேரம். நிலனின் அம்மா யாழினியும் அப்பா கௌதமும் குளம்பி அருந்திக் கொண்டு இருந்தார்கள். நிலன் பழச்சாற்றை கையில் வைத்துக் கொண்டு ஜன்னல் வழியாக மழைநீர் மண்ணில் பட்டுத் தெறிப்பதை வேடிக்கை பார்த்துக் கொண்டிருந்தான். மண்ணின் நறுமணத்தை நுகர்ந்தவனுக்கு அதனை எடுத்து உண்ண வேண்டும் போலிருந்தது.

பாட்டியும் தாத்தாவும் வசிக்கும் கிராமத்தில், அவர்களது வயல்வெளியில் கருமை நிறத்தில் சேறும் சகதியுமாக இருக்கின்ற நிலப்பரப்பில் பச்சை பசேலென்று வளர்ந்திருந்த கம்பும், கேழ்வரகும் நிலனுக்கு நினைவில் வந்தன. கிராமத்திற்குச் செல்ல வேண்டுமென்கிற ஆசையும் கூடவே வந்துவிட்டது.

பழச்சாற்றை அருந்தாமல் முகத்தில் புன்னகையும் இல்லாமல் ஜன்னல் வழியே வேடிக்கை பார்த்துக் கொண்டிருந்த நிலனுக்கு அவனது தாத்தா பாட்டி ஞாபகம் வந்துவிட்டது என்று யாழினிக்குப் புரிந்துவிட்டது.

அடுத்துவரும் சனி, ஞாயிறு இரண்டு நாட்கள் விடுமுறை. விநாயகர் சதுர்த்தி பண்டிகையும் வருகிறது. மகனை சந்தோஷப்படுத்த வேண்டுமென்றால் இவ்விரு விடுமுறை நாட்களில் அம்மா வீட்டிற்குச் சென்று வந்தால் தான், அடுத்த வேலைகளை இங்கு தொடர்ந்து பார்க்க உற்சாகமே கிடைக்கும் என்ற எண்ணம் யாழினிக்கு எழுந்தது.

திட்டமிட்டிருந்தபடியே அடுத்த நாள் மூவரும் நிலனின் தாத்தா, பாட்டி வசிக்கும் தோட்டத்து வீட்டிற்குப் பயணமானார்கள். கிராமத்திற்குச் சென்று விளையாடுவதற்கு எந்தப் பொம்மையையும் தனது பெட்டியில் எடுத்து வைக்கவேயில்லை என்பது போகும் வழியில் தான் நிலனுக்கு நினைவிற்கு வந்தது.

அவனுக்குப் பிடித்த பொம்மைகளும் அங்கு கிடைக்காது. ஆனால் தாத்தா பாட்டியிடம் கேட்டால் அவர்கள் எப்படியாவது இல்லையென்று சொல்லாமல் வாங்கிக் கொடுத்து விடுவார்கள் என்கிற நம்பிக்கையில் ஏமாற்றம் இல்லாமல் இருந்தான் நிலன். பயணம் முடிந்து வீட்டிற்கும் வந்து சேர்ந்து விட்டார்கள்.

பாட்டி: நிலன் செல்லமே! வாம்மா யாழினி! நன்றாக இருக்கின்றீர்களா கௌதம்? விடுமுறையும் அதுவுமாக நீங்களெல்லாம் வராமல் எனக்கு எதுவுமே ஓடவில்லை. காலையிலிருந்து உங்கள் வருகைக்காகக் காத்துக் கொண்டு இருந்தேன். கை, கால்களை அலம்பிக் கொண்டு முதலில் சாப்பிட வாங்க. எல்லோரும் பசியோடு இருப்பீர்கள்.

நிலன்: (பாட்டி புதிதாக வாங்கி வைத்திருந்த களிமண் விநாயகர் பொம்மையைப் பார்க்கிறான்.)

பாட்டி! பொம்மையை புதியதாக வாங்கி வந்தீர்களா? மிகவும் அழகாக இருக்கிறது. நீங்கள் வாங்கிய அதே கடையில் வேறு பொம்மைகளும் இருக்கின்றனவா? எனக்கு விளையாடுவதற்கு வேண்டும்.

பாட்டி: இது விநாயகர் சிலை. களிமண்ணால் செய்தது நிலன். மூன்றாவது நாளில் ஆற்றில் கரைத்து விடுவோம். உனக்கு வேண்டுமானால் களிமண் வாங்கிக் கொடுக்கின்றேன். உனக்கு என்ன பொம்மை வேண்டுமோ அதனை நீயே செய்து கொள்ளலாம்.

நிலன்: பாட்டி! இவ்வளவு அழகாக செய்த சிலையை ஏன் ஆற்றில் கரைக்க வேண்டும்? நாமே வைத்துக் கொள்ளலாமே!

பாட்டி: அப்படி இல்லை நிலன் குட்டி! அந்தக் காலத்தில் ஆற்று நீரில் விநாயகர் சிலையைக் கரைக்கும் போது, கரைந்த மண் ஆற்றின் அடியில் தங்குவதால், ஆற்றுநீர் குறையும் பொழுது நீர் முழுவதும் வற்றி விடாமல் களிமண்ணானது குறைந்த அளவு ஆற்றுநீரையாவது நிறுத்தி வைக்கிறது. இதனால் நிலத்தடி நீர் குறையாமல் கிணறுகளிலும் தண்ணீர் வற்றாமல் இருக்கும்.

ஆனால் இப்போது அதற்கான காரணமே மறைந்து, ஜிப்சம் எனும் கனிமத்தால் ஆன *plaster of Paris* ஐ பயன்படுத்தி விநாயகர் பொம்மைகளைச் செய்கிறார்கள். பண்டிகையைக் கொண்டாடிய பிறகு, அதனைக் கடலிலும் கிணற்றிலும் விட்டு நீரை மாசுபடுத்துகிறார்கள். ஆங்காங்கே அணைகள் கட்டுவதால் ஆற்று நீரும் ஓடுவதற்கு தண்ணீரின்றி இருக்கிறது.

அக்கறையோடு உள்ள சிலர், இதற்கு மாற்று வழியாக, பிள்ளையார் சிலையை களிமண்ணில் தயாரிக்கும் பொழுது, அதனோடு சில காய்கறி விதைகளையும் கலந்து விடுகிறாரகள். அடுக்கு மாடிக் குடியிருப்புகளில் செடி வைக்கும் தொட்டிகளில் இந்தக் களிமண் பிள்ளையாரை வைத்து தண்ணீர் ஊற்றிக் கரைத்து விட்டால் நமக்கு கீரைகளும் காய்கறிகளும் மண்ணில் வளர்ந்து சமையலுக்குப் பயன்படுகின்றன.

யாழினி: அப்படியா அம்மா?! எனக்கே இந்தத் தகவல்கள் அனைத்தும் தெரியாதே! களிமண்ணில் செடி வளருமா?!

தாத்தா: யாழினி! உன்னை தோட்டம் பக்கமே நான் அழைத்துச் சென்றதில்லை. அந்த மண்ணில் செடி வளருமா என்று சந்தேகம் வரும் அளவிற்கு விட்டுவிட்டேன். களிமண்ணில் மட்டும் விதையை ஊன்றினால் வளர்வது கடினம் தான். அதனுடன் வண்டல் மண்ணும்(ஆற்றுமண்) கலந்து ஏர் உழுது, பிறகு நாம் விவசாயத்திற்குப் பயன்படுத்தலாம்.

இந்த மண்ணில் வளர்வதற்கென்றே குறிப்பிட்ட காய்கறிகள், பழங்கள், கீரைகள், மரங்களும் இருக்கின்றன. நம்முடைய பாக்குமரத் தோப்பில் களிமண் தான் இருக்கிறது. அதனுடன் வண்டல் மண்ணையும் கலந்து உழுதுதான் மரக்கன்றையே நட்டு வைத்திருக்கிறோம்.

தோப்பின் வலப் பக்கமாக உள்ள நிலப்பகுதியில் புதினா, மணத்தக்காளி, கீழாநெல்லி, வல்லாரைக்கீரை போன்ற செடிகளையெல்லாம் இப்படித்தான் பயிரிட்டு வளர்த்து வருகிறேன்.

இடப் பக்கத்தில் இருக்கும் நிலத்தில் மாதுளை, கொய்யா போன்ற மரங்களும், வீட்டிற்குப் பின்புறம் இஞ்சி, வெள்ளரிக்காய், பீர்க்கங்காய், பூசணி போன்ற செடிகளும் இருக்கின்றன.

கடந்த ஆண்டில் கம்பு, கேழ்வரகு, பட்டாணியெல்லாம் பயிரிட்டிருந்தேன். இந்த மண்ணில் இந்தப் பயிர்களெல்லாம் நன்றாகவே வளருகின்றன.

கௌதம்: களிமண்ணில் சட்டி பானையெல்லாம் எவ்வாறு செய்கிறார்கள் என்பதையும் நிலனுக்குக் காண்பிக்க வேண்டும் மாமா.

தாத்தா: கண்டிப்பாக கௌதம். களிமண்ணால் செய்யப்பட்ட வடிவங்களை சூளையில் வைத்து சுட்டு எடுத்தால் இறுக்கமாகிக் கெட்டிப்படும். நாம் செய்து வைக்கும் வடிவங்களெல்லாம் அச்சு மாறாமல் அப்படியே கிடைக்கும் என்பதை எல்லாம் நிலனை பானை செய்யும் இடத்திற்கே நாளை அழைத்துச் சென்று நேரடியாகக் காண்பிக்கலாம்.

நிலன்: தாத்தா! அப்படியே எனக்கு ஒரு குதிரைப் பொம்மையும் செய்து, சுட்டுக் கொடுக்க முடியுமா?

தாத்தா: முடியும் நிலன்! களிமண்ணில் செய்து சுட்ட பொம்மைகளை கடைகளில் ஏற்கெனவே தயாராக விற்பனைக்கு வைத்திருப்பார்கள். இன்று மாலையே கடைக்குச் சென்று உனக்கு வேண்டியதை வாங்கிக் கொள்ளலாம்.

பாண்டிச்சேரிப் பகுதியில் வில்லியனூர் கிராமத்தில் முனுசாமி என்பவர் அழகு அழகான களிமண் பொம்மைகளைச் செய்வதோடு, உலக நாடுகளைச் சேர்ந்த பற்பல மாணவர்களுக்குப் பயிற்சியும் கொடுத்து வருகிறார். தேசிய அளவில் பத்மஸ்ரீ விருதும் பெற்றிருக்கிறார். அவரது இடத்தில் உற்பத்தி ஆகும் பொம்மைகள் பல இடங்களில் விற்பனையாகின்றன.

நிலன்: தாத்தா! நாம் உடனே அங்கு போகலாம்! எனக்கு அந்தப் பொம்மைகளை எல்லாம் பார்ப்பதற்கு மிகவும் ஆவலாக இருக்கிறது.

பாட்டி: இரண்டு நாட்கள் இங்கு தான் தங்கி இருக்கப் போகிறாய் நிலன். இன்று பண்டிகை நாள் என்பதால் வீட்டில் வேலையும் அதிகம். தாத்தாவிற்கும் ஓய்வு வேண்டும். நாளை காலையில் கடை திறந்தவுடன்

பிரேமா இரவிச்சந்திரன்

முதல் ஆளாகச் சென்று உனக்கு வேண்டிய பொம்மைகளை வாங்கிக் கொள்ளலாம். சரியாடா குட்டி!

(அரை மனதாக சரி என்றவாறு நிலனுக்கு அன்றைய பொழுது சென்றது. அனைவரும் தூங்கச் சென்று விட்டார்கள். நிலன் மட்டும் மறுநாளை எதிர்பார்த்துக் கொண்டு படுக்கையில் புரண்டு கொண்டிருந்தான்.)

மறுநாள்

மிக அழகான மலை கிராமத்தைச் சுற்றிப் போடப்பட்டிருந்த மண் பாதையில் நிலன் மட்டும் தன்னந்தனியாக குதிரையின் மீது அமர்ந்து ஊரைச் சுற்றிப் பார்த்துக் கொண்டிருந்தான். குட்டிக் குதிரை அது. துரு துருவென்று ஒளி வீசும் கண்கள். பொன்னிறத்தில் வால் இருந்தது. முதுகில் பட்டுப் போல ஒரு சிவப்பு நிறக் கம்பள விரிப்பு.

ஆற்று நீரில் குளித்துவிட்டு, மரத்தின் மீது ஏறி, குதித்து விளையாடி, கிணற்று நீரில் நீச்சல் அடித்துவிட்டு என, பல்வேறு இடங்களுக்கு எங்கு சென்றாலும் அந்தக் குதிரையும் துணைக்கு இருந்தது. நிலன் சொல்வதையெல்லாம் அது கேட்டது.

போகும் வழி எல்லாம் பாதையின் இருபுறமும் மலர்கள் பூத்துக் குலுங்கும் மரங்கள். ஆங்காங்கே தாமரைக் குளங்கள், மலை அருவிகள், ஆறுகள் என ஒவ்வொன்றாகப் பார்த்துக் கொண்டே சென்றான்.

வழியில் அவனுக்கு வேண்டிய பழங்களைப் பறித்து உண்டான். தரை முழுவதும் வளர்ந்திருந்த பசும்புற்களை குதிரையானது பசி நேரத்தில் ஓய்வெடுக்கும் பொழுது, தனக்குத் தேவையான அளவிற்கு உண்டது.

நீல நிற வானத்தில் வெண் பஞ்சு போன்ற மேகங்களும் அவன் போகும் இடமெல்லாம் கூடவே நகர்ந்து வருவது போல இருந்தது. திடீரென இடி ஓசை!

பாட்டி: நிலன்! நீ தூங்கியது போதும்! எழுந்திரு! குதிரைப் பொம்மை வாங்குவதற்கு தாத்தாவுடன் கடைக்குப் போகலையா?

நிலன்: (கண்ணை கசக்கியபடி) பாட்டி நான் வீட்டிலேயா இருக்கிறேன்?! குதிரையின் மீது அமர்ந்து ஊரைச் சுற்றிப் பார்த்துக் கொண்டு இருந்தேனே! எங்கே எனது குட்டிக் குதிரை?

யாழினி: அடடா! ராஜகுமாரா! குதிரை மேல் அமர்ந்து ஊர்வலம் சென்றாயா?! நன்றாக கண்ணை விழித்துப் பார்!! நீ வீட்டில் தான் இருக்கிறாய்.

தாத்தா: நிலன் சீக்கிரம் தாயாராகு! காலையிலேயே பொம்மையை வாங்கிவிட்டால் நீ அதை வைத்து நிறைய நேரம் இங்கே விளையாட முடியும்.

நிலன்: சரிங்க தாத்தா! குதிரை பொம்மையைப் பற்றியே நினைத்துக் கொண்டு தூங்கியதால், குதிரை மேல் ஏறி சவாரி செய்தது போலவே எனக்கு கனவு வந்திருக்கும் போலிருக்கிறது.

பிறகு, இருவருமாக மண்பொம்மைகள் விற்கும் கடைக்குச் சென்று நிலனுக்குப் பிடித்த குதிரை பொம்மையை வாங்கிக் கொண்டு அதனை உடையாமல் பாதுகாப்பாக வீட்டிற்கு எடுத்து வந்தார்கள்.

தாத்தா: நிலன்! குதிரை பொம்மையை நான் சொன்ன மாதிரியே வாங்கிக் கொடுத்துவிட்டேன். உனக்குப் பிடித்திருக்கிறதா?

நிலன்: மிகவும் பிடித்திருக்கிறது தாத்தா. நான் ஊருக்குப் போன பிறகு இந்தக் குதிரை பொம்மைக்கு, எனது கனவில் பார்த்தது போலவே சிவப்பு நிறத்தாலான பட்டுக் கம்பளம் வாங்கிக் கொடுக்கப் போகிறேன். அதனுடைய வாலில் தங்க நிறத்தால் அழகு பண்ணப் போகிறேன்.

ஒரே ஒரு குறை என்னவென்றால் எனது கனவில் வந்த குதிரை என்னை அதன் மீது அமர வைத்து ஊரின் பல பகுதிகளுக்கு அழைத்துச் சென்று பல இடங்களையும் பார்க்க வைத்தது. இந்த மண் குதிரை அதை மட்டும் செய்யாது. நான் பெரியவனாக வளர்ந்த பிறகு, ரோபோடிக் இன்ஜினியரிங் படித்துவிட்டு, குதிரை பொம்மையை நானே வடிவமைத்து அதனை பேச வைக்கப் போகிறேன்.

கௌதம்: அப்படியே ஆகட்டும் நிலன்! உனது விருப்பப்படியே நான் உன்னைப் படிக்க வைக்கிறேன். மகிழ்ச்சியா?

பாட்டி: நிலன் வளர்ந்து பெரியவனாக ஆன பிறகு சிறந்தவனாக வருவான். உங்கள் எல்லோருக்கும் என்னுடைய ஆசீர்வாதங்கள்.

இவ்வாறாக அவ்விரு விடுமுறை நாட்களும், மகிழ்ச்சியோடு சென்றதில் அடுத்த நாள் காலை தங்களது இல்லத்திற்கு வந்து சேர்ந்த அனைவரும் அவரவரது பணிகளை புதிய உற்சாகத்தோடு தொடர ஆரம்பித்தார்கள்.

5.
விடுமுறையில் நிலன் கற்ற அடிமுறை

அன்று ஞாயிற்றுக்கிழமை மாலை நேரம். வீட்டில் அம்மா அப்பா தாத்தா பாட்டி என அனைவரும் இருக்க, நிலனை விளையாடுவதற்காக அண்டை வீட்டுக் குழந்தைகள் அழைத்தார்கள். தெருவில் விளையாடுவதற்கு வாய்ப்பும் அனுமதியும், கிராமத்தில் பாட்டி தாத்தா வீட்டில் தங்கி இருக்கும் பொழுது மட்டுமே கிடைக்கும். எனவே நிலன் தனக்குக் கிடைத்த வாய்ப்பைத் தவற விட மனமில்லாமல் அம்மாவின் முகத்தைப் பார்த்தான்.

யாழினி: நிலன்! ஓடிப் பிடித்து விளையாடும்போது கை கால் அடிபடாமல் பத்திரமாக விளையாடு! இரண்டு மணி நேரம் நன்றாக விளையாடிவிட்டு வீட்டிற்கு வா. நான் வேண்டாம் என்று சொல்லவில்லை.

(சொன்ன வேகத்தில் விரைந்து வெளியே சென்று விட்டான் நிலன்.)

பாட்டி: யாழினி சின்னப் பிள்ளையாக இருந்தபோது, விடுமுறை நாள் என்றாலே, எப்போது விளையாடப் போகிறார்கள், பிறகு வீட்டிற்கு வந்து எப்போது சாப்பிடுகிறார்கள் என்பதே தெரியாது. ஊர் என்றாலே பாதுகாப்பாகத் தான் இருக்கும். இந்த காலத்தில் தான் இப்படி நேரக் கணக்கையெல்லாம் சொல்லி அனுப்ப வேண்டியதாக இருக்கிறது.

கௌதம்: ஆமாம் அத்தை. பிள்ளைகளை சுதந்திரமாக விளையாடுவதற்கு அனுமதித்தால் தான் அடிபட்டு உதைபட்டு தைரியமாக வளருவார்கள். நிலனுக்காவது பாட்டி வீட்டிற்கு வந்தால் கிராமத்தில் தெருவில் விளையாட வாய்ப்பு இருக்கிறது. நகரத்தில் அடுக்குமாடிக் குடியிருப்பில் கூண்டுக்கிளி போல குழந்தைகள் வளருவதைப் பார்த்தால் வருத்தமாக உள்ளது.

(இப்படியெல்லாம் பேசிக் கொண்டிருக்கும் பொழுதே விளையாடச் சென்ற நிலன் சற்று நேரத்திற்கெல்லாம் தலை தெறிக்க வீட்டிற்குள் ஓடி வந்தான்.)

தாத்தா: என்ன ஆச்சு நிலன்?! ஏன் இப்படி அரண்டவாறு ஓடி வருகிறாய்?!!

நிலன்: தாத்தா! கருப்பும் வெள்ளையும் கலந்த நிறத்தில் ஒரு நாய் இருக்கும் தானே? அது என்னைப் பார்த்தவுடனே துரத்த ஆரம்பித்துவிட்டது. அதனிடமிருந்து தப்பித்து வெகு தூரம் ஓடி வருவதற்குள் மிகவும் பயந்துவிட்டேன்.

பாட்டி: தெருவில் கல்லோ கம்போ இருந்தால் எடுத்து வீசுவதுபோல் நாயை நீ பயமுறுத்த வேண்டியதுதானே நிலன்?! அதுவே பயந்து போய், திரும்பி ஓடி இருக்குமே!

நிலன்: அதிர்ச்சியானதில் எனக்கு அப்படிச் செய்வதற்குத் தோன்றவே இல்லை பாட்டி.

கௌதம்: இவ்வாறான சமயங்களில் எப்படி நடந்து கொள்ள வேண்டும் என்பதை முன்பே உனக்கு பயிற்சி கொடுத்திருக்க வேண்டும் நிலன். அப்படி செய்யாதது எங்களது தவறுதான்.

யாழினி: மேலை நாடுகளில் பள்ளிக்கூடப் பிள்ளைகளுக்கு அவசர காலத்தில் எவ்வாறு நடந்து கொள்ள வேண்டும் என்பதற்கான பயிற்சிகள் எல்லாம் கொடுக்கிறார்கள்.

நமது ஊரில் நிலநடுக்கம் வந்தால் எவ்வாறு உயிர் தப்பிப்பது, நெருப்புப் பிடித்துக் கொண்டால் எப்படி துரிதமாகச் செயல்படுவது, தாக்கும் எதிரிகளிடமிருந்து எவ்வாறு பதில் தாக்குதல் நடத்துவது என எதற்குமே முக்கியத்துவம் கொடுத்து நமது பிள்ளைகளுக்கு உணர்த்தப்படுவது இல்லை.

தாத்தா: சொல்லப்போனால் தற்காப்புக் கலைகளெல்லாம் தமிழ்நாட்டிலிருந்துதான் மேலை நாடுகளுக்குப் பரவி இருக்கின்றன. அவற்றின் மதிப்பை உணராமல் நாம் தான் தொடர்ந்து கடைபிடிக்காமல் இருக்கிறோம்.

பாட்டி: அந்தக் காலத்தில் தேசியப் போராட்ட வீரர்களெல்லாம் தற்காப்புக் கலைகளைக் கற்றுக் கொண்டு தான் ஆங்கிலேயனை எதிர்த்துப் போரிட்டார்கள். ஆங்கிலேயர்கள் நமது வீரர்களைத் துப்பாக்கியில் சுட்டு வீழ்த்தினார்களே தவிர, ஒற்றைக்கு ஒற்றையாக வந்தால் நமது போராட்டக்காரர்களிடம் அவர்கள் தோற்றுப் போய் விடுவார்கள்.

நிலன்: அது என்ன பாட்டி தற்காப்புக் கலை? எங்களுக்கு ஏன் சொல்லிக் கொடுக்காமல் விட்டீர்கள்?

தாத்தா: ஆபத்து நேரத்தில் எதிரிகளை எதிர்த்துப் போரிடும் முறை தான் தற்காப்புக் கலை. அவர்கள் தாக்க வரும்போது எப்படித் தடுக்க வேண்டும், நாம் எப்படி திருப்பித் தாக்க வேண்டும், என்பதற்கெல்லாம் ஒரு முறை இருக்கிறது நிலன்.

இந்தக் கலைகளை எல்லாம் நாம் தொடர விடாமல் ஆங்கிலேயர்கள் தடுத்து விட்டார்கள். பின்னாளில் வந்த கல்வி முறையில் தற்காப்புக் கலைகளைச் சேர்க்காமலேயே விட்டு விட்டார்கள்.

நிலன்: கலைகள் என்று சொல்கிறீர்கள்?! அப்படியானால் அதில் எத்தனை தற்காப்புக் கலைகள் இருக்கின்றன தாத்தா?

தாத்தா: இந்த காலத்தில் நிறைய சொல்லலாம் நிலன். ஜப்பான் நாட்டைச் சேர்ந்தவர்களின், ஜூடோ, கராத்தே, மல்யுத்தம், கொரிய நாட்டுத் தேக்வாண்டோ, சீன நாட்டைச் சேர்ந்தவர்களின் குங்ஃபூ, இத்தாலி நாட்டு கிளாடியஸ், என இன்னும் பல இருந்தாலும் இவை எல்லாவற்றிற்கும் அடிப்படை தமிழ்நாட்டில் இருந்த அடிமுறை தான்.

தமிழ் மொழியிலிருந்து எப்படி மலையாளம், கன்னடம், தெலுங்கு என பிற மொழிகள் பிரிந்ததோ அதேபோல அடிமுறையிலிருந்து களரி, வர்மம், சிலம்பம் போன்ற தற்காப்புக் கலைகளும் பிரிந்தன.

தற்காப்புக் கலைகள் எதிரியிடமிருந்து நம்மைப் பாதுகாத்துக் கொள்ள எதிர்த்துப் போரிட்டு சண்டை போட உதவுவது மட்டுமல்லாமல் வைத்தியத்திற்கும் பயன்படுகின்றன.

இப்போதெல்லாம் கண்ணுக்கு ஒரு டாக்டர், காலுக்கு ஒரு டாக்டர் என தனித்தனியாக இருக்கிறார்கள். அந்த காலத்தில் அத்தனைக்கும் ஒரே வைத்தியர் தான்.

பொதிகை மலையில் வாழ்ந்த அகத்தியர் தற்காப்புக் கலைகளைக் கற்று வைத்தியமும் பார்த்த சித்தர். கடவுளாக மதிக்கப்படுகிறார்.

காஞ்சிபுரத்தில் நம் மன்னனாக வாழ்ந்த போதிதர்மன் புத்த மதத்தைப் பரப்புவதற்கு சீனாவுக்குப் போனவர். அப்படியே அவருக்குத் தெரிந்த தற்காப்புக் கலைகளையும் வைத்தியத்தையும் அந்த நாட்டுக்குக் கொடுத்தவர்.

கன்னியாகுமரியில் பிறந்த களரி எனும் கலை, இப்போது கேரளாவில் மட்டும் வாழ்ந்து கொண்டு வருகிறது. இப்படி இன்னும் இதைப் பற்றி நிறைய சொல்லிக் கொண்டே போகலாம் நிலன்.

யாழினி: பழங்காலத்தில் மன்னர்களும் போர் வீரர்களும் தெரிந்து வைத்திருந்த இந்தக் கலை மீண்டும் உயிர் பெற்று வருகிறது. இதற்கான வகுப்புகள் எல்லாம் இப்போது நடக்கின்றன. நிலனையும் அங்கே சேர்த்துவிடலாம்.

தன்னைக் காப்பாற்றிக் கொள்ளும் முறை தெரிந்தால் தானே வீரனாக வளர முடியும்? நாயைப் பார்த்து என்ன! சிங்கத்தைப் பார்த்தே தைரியமாக இருக்கப் போகிறான் நிலன். அப்படித்தானே நிலன்?

(நிலனின் முகத்தில் தன்னம்பிக்கையோடு ஒரு புன்னகை.)

கௌதம்: இளம் வயதில் எங்களுக்கு இக்கலைகளைக் கற்றுக் கொள்ளும் வாய்ப்பே இல்லாமல் போய் விட்டது. இணையதள வசதியெல்லாம் வந்து விட்டதால் நிலனுக்கு இப்போது சுலபமாக கற்றுக் கொடுக்கலாம். வாய்ப்பு இருக்கிறது. எங்கேயாவது இதற்கான பயிற்சி வகுப்புகள் நடக்கின்றனவா, என்று தேடிப் பார்க்கிறேன்.

(தனது கைபேசியில் கூகுள் மூலம் கௌதம் வகுப்பினைத் தேட ஆரம்பித்து விட்டார்)

பாட்டி: இந்தக் காலத்தில் பள்ளிக்குச் சென்று வரும் வழியில் கூட சிறுவர்களுக்கு ஆபத்து அதிகமாக இருக்கிறது. வயதில் சிறிய பெண் குழந்தையைக் கடத்திச் சென்று விடுகிறார்கள். தொலைக்காட்சிப் பெட்டியை பார்த்தாலே இவ்வாறான செய்திகளும் ஒளிபரப்பப்படுகின்றன. தன்னைத்தானே பாதுகாத்துக் கொள்ளும் கலையை இளம் வயதினருக்கு கண்டிப்பாகக் கற்றுக் கொடுக்க வேண்டும்.

கௌதம்: *அம்மா! இந்த வகுப்புகளெல்லாம் எங்கே நடக்கின்றன என்று இணையதளத்தில் தேடிக் கண்டுபிடித்து விட்டேன். நிலனுக்கு இது உடற்பயிற்சியாகவும் இருக்கும். களரி, கராத்தே, ஜூடோ, தேக்வாண்டோ, சிலம்பம், வர்மம் என எல்லாவற்றிற்கும் அடிப்படையான அடிமுறையை நிலன் கற்றுக் கொள்ளப் போகிறான். உனக்கு மகிழ்ச்சி தானே நிலன்?*

நிலன்: *அப்பான்னா அப்பா தான்!! கற்றுக் கொள்வதற்கும் முன்னாலேயே எனக்கு தைரியமும் ஆரோக்கியமும் வந்து விட்டன. விடுதலைப் போராட்ட வீரர்களைப் போல நானும் இனிமேல் மிகப்பெரிய வீரனாகப் போகிறேன்.*

(நிலனின் முகத்தில் மிதந்த பெருமிதத்தை அனைவரும் ரசித்துப் புன்னகைத்தனர்.)

6.
உறவும் முறையும்

அரையாண்டுத் தேர்வு முடிந்த அடுத்த நாள் ஞாயிற்றுக்கிழமை காலை 8 மணிக்கு உறக்கத்திலிருந்து எழவே மனமில்லாமல் உருண்டு புரண்டு உறங்கிக் கொண்டிருந்தான் நிலன். அம்மா யாழினி பரபரப்பாக சமையலறையில் பாத்திரங்களை உருட்டும் சப்தத்தோடு சமைத்துக் கொண்டிருந்தாள். அப்பா கௌதம் காலையிலேயே கடைக்குச் சென்று வீட்டிற்குத் தேவையான பொருள்களை வாங்கிக் கொண்டு திரும்ப வந்து கொண்டிருந்தார். நிலன் படுக்கையை விட்டு இன்னும் எழாமல் இருப்பதை இதற்கு மேலும் யாழினியால் பொறுத்துக் கொள்ள முடியவில்லை. அவனது அறைக்குள் நுழைந்து...

யாழினி: நிலன்! உறங்கினது போதும்!! நீ படுக்கையை விட்டு எழுந்தால் உனக்கு ஒரு மகிழ்ச்சியான செய்தியைச் சொல்லப் போகிறேன். சொல்லட்டுமா? வேண்டாமா?

நிலன்: அம்மா! நீங்கள் முதலில் சொல்லுங்கள். பிறகு நான் எழுந்திருக்கிறேன்.

யாழினி: உனது அத்தையும், மாமாவும், மாமா மகள் வருணவியும் இன்று வீட்டிற்கு வரப் போகிறார்கள்.

நிலன்: நிஜமாவாக சொல்கிறீர்கள்?! மாமா வெளிநாட்டிற்குச் சென்று இரண்டு வருடங்கள் ஆகிவிட்டனவே?!

யாழினி: ஆமாம்! அதனால்தான் இந்த டிசம்பர் விடுமுறையில் இரண்டு வாரங்கள் நம்முடன் தங்கப் போகிறார்கள். பாட்டி தாத்தாவும் ஊரிலிருந்து கிளம்பி வந்து கொண்டிருக்கிறார்கள்.

கௌதம்: (காய்கறிகளைக் கொண்டு வந்து மேசையில் வைத்தவாறே) யாழினி! அத்தையும் மாமாவும் வந்துவிட்டார்கள். நிலன் என்ன செய்து கொண்டிருக்கிறான்?

யாழினி: (முகமலர்ச்சியுடன் வரவேற்றவாறு) வாங்க அம்மா! வாங்க அப்பா! நீங்களும் தம்பியும் வருகிறீர்கள் என்று சொன்ன பிறகு தான் நிலன் படுக்கையை விட்டே எழுந்தான். தம்பி இன்னும் சற்று நேரத்தில் வந்து விடுவான். இப்போதுதான் கைபேசியில் அழைத்து தகவலைக் கொடுத்தான். வருணவியும் நன்றாக வளர்ந்திருப்பாள் என்று நினைக்கிறேன். பார்க்க வேண்டும் போல் ஆசையாகவும் ஆர்வமாகவும் இருக்கிறது. அவர்கள் வரும்வரை காத்திருப்பதை என்னால் பொறுத்துக் கொள்ளவே முடியவில்லை.

தாத்தா; ஆமாம் யாழினி! மடிக்கணினியின் மூலமாக பெயர்த்தி வருணவி பேசினாள். தமிழ் கொஞ்சம் தடுமாறியபடி தான் பேசுகிறாள். வீட்டிலேயும் ஆங்கிலத்திலேயே பழகியதால், தாத்தா பாட்டியுடன் அவளுக்கு இயல்பாக தமிழில் பேசுவதற்கு வரவே இல்லை.

நிலன்: (தனது அறையிலிருந்து வெளியே வருகிறான் நிலன்) பாட்டி! தாத்தா! இன்றைக்கு எனக்கு இரட்டிப்பு மகிழ்ச்சி!! அத்தையும் மாமாவும் வரப் போகிறார்கள். உங்களுக்குத் தெரியுமா?

பாட்டி: தெரியும் நிலன்! வருணவியும் அவர்களுடன் வரப் போகிறாள். இத்தனை நாட்களாக வீட்டிலேயே குட்டிப் பையன் நீ தான். உன்னை விட வயதில் சிறியவள் வருணவி. அவளோடு ஒப்பிடும் போது நீ பெரியப் பையன் ஆகப் போகிறாய்.

நிலன்: அப்படியா பாட்டி?! அவள் என்னை எவ்வாறு அழைப்பாள்?

பாட்டி: நீ அவளது அத்தைப் பையன் அல்லவா? அதனால் உன்னை மாமா என்று அழைப்பாள். மகிழ்ச்சி தானே உனக்கு?

நிலன்: நான் மாமாவா? அது எப்படி பாட்டி? ஒவ்வொருவரையும் ஒவ்வொரு முறையில் அழைக்கிறோம். அம்மா, அப்பா, பாட்டி, தாத்தா, மாமா, அத்தை, பெரியப்பா, பெரியம்மா, சின்னம்மா, சித்தப்பா, அண்ணா, அண்ணி இப்படி வெவ்வேறு முறை வைத்து அழைக்கிறோமே? நீங்கள் சொன்னால் மட்டும் தான் எனக்குத் தெரிகிறது. அவர்களை எப்படி அழைக்க வேண்டும் என்பதைப் புரிந்து கொள்ள நானே முயன்றால் முடியவில்லை.

தாத்தா: அட நிலன் கண்ணா! நீ ஒன்றும் கவலைப்படாதே! சுலபமாக தெரிந்து கொள்ளும்படி உனக்கு விவரமாகச் சொல்கிறேன்.

உனது அம்மாவின் உடன் பிறந்த அண்ணனோ தம்பியோ உனக்குத் தாய் மாமா ஆவார்கள். அவரது மனைவி உனக்கு அத்தை. அத்தைக்கும்

மாமாவுக்கும் பிறந்த பெண்ணைத் திருமணம் செய்து கொள்ளும் முறை இருக்கிறது.

பழைய காலங்களில் தங்கள் வீட்டுச் செல்வங்களைக் காப்பாற்றிக் கொள்வதற்காக ஆரம்பித்து வைக்கப்பட்ட பழக்கம் இது. இன்றைய காலங்களில் உறவுகளில் திருமணம் செய்து வைப்பதை மருத்துவத்தின் அடிப்படையில் பெரும்பாலானோர் ஆதரிப்பதில்லை. இதுவரை புரிந்து கொண்டாயா?

தாத்தா: திருமணம் செய்யும் உறவுமுறைப்படி சொன்னால்தான் உனக்குப் புரியும்படி என்னால் சொல்ல முடியும் நிலன். அதனால் அந்த உறவு முறைக்கே மீண்டும் வருகிறேன்.

ஒரு வீட்டில் பெண் எடுத்து பெண் கொடுப்பது என்பார்கள். அதாவது ஒரு வீட்டில் அண்ணன், தங்கை இருக்கிறார்கள் என்று கற்பனை செய்து கொள்ளலாம். அவ்வாறே அப்பிள்ளைகளின் மாமா வீட்டிலும் பெண் பிள்ளையும் ஆண் பிள்ளையும் இருப்பதாக வைத்துக் கொள்ளலாம்.

ஒருவனுக்கு தனது மாமா பெண்ணைத் திருமணம் செய்யும் முறை இருப்பது போல, தனது தங்கையை மாமாவின் மகனுக்குத் திருமணம் செய்து கொடுக்கும் முறை இருக்கிறது. இவற்றையெல்லாம் கற்பனையாகக் கொண்டு உறவு முறைகளைப் புரிந்து கொள்ள முயற்சி செய்து பார் நிலன்.

வருணவியின் அப்பா உன் அம்மாவின் உடன் பிறந்தவர். அவரும் அவரது மனைவியும் உனக்கு மாமா அத்தை ஆகும்போது, உனது அம்மா, அப்பா வருணவிக்கு அத்தை, மாமா ஆவார்கள்.

உடன்பிறந்த தங்கை, அவள் திருமணமான வீட்டில் குழந்தைகளோடு நன்றாக வாழ்கிறாளா என்பதில் அண்ணனுக்கு முக்கியமான பொறுப்பு இருக்கிறது. தன் தங்கை பிள்ளைகளுக்குத் தாய் மாமன் என்பதால் முக்கியமான உறவு இவர் தான்.

நிலன்: சரிங்க தாத்தா! அப்படியானால் இப்போதெல்லாம் வெளியுறவுகளில் திருமணம் செய்வதாக பாட்டி சொன்னார்கள். அவர்களை எந்த முறையில் அழைப்பது?

பாட்டி: அதேதான் நிலன்! எந்தப் பெண்ணை ஒரு பையன் திருமணம் செய்வாரோ, அவளது அம்மா - அப்பாவை அத்தை - மாமா எனும் முறையில் தான் அழைக்க வேண்டும்.

அதே போல் அந்தப் பெண்ணிற்கு தனது கணவனின் அம்மாவும் அப்பாவும், அத்தை மாமன் முறை ஆவார்கள்.

பெண் கொடுத்து பெண் எடுக்கும் முறை என இருக்கிறது அல்லவா? ஒருவன் திருமணம் செய்து கொண்ட பெண்ணின் உடன் பிறந்த அண்ணனுக்கு, தனது தங்கையைத் திருமணம் செய்து வைக்கும் முறை இருக்கிறது.

ஒருவனுக்கு அத்தை மாமாவாக இருப்பவர்கள் அவனது தங்கைக்கும் அத்தை மாமா தானே? அத்தையின் மகனை அவள் திருமணம் செய்து கொள்ளலாம்.

தன் மனைவியின் உடன் பிறந்தவர் தனக்கு மச்சான். அந்த மச்சானுக்கு இவர் மாமா ஆகிறார். இது தான் மாமன் மச்சான் உறவு.

அதே சமயத்தில் தன் தங்கையையோ அக்காவையோ திருமணம் செய்பவர்கள் வயதில் பெரியவர்களாக இருந்தால் அவர்களும் தனக்கு மாமா ஆவார்கள்.

தன் மனைவிக்கு உடன் பிறந்த அக்காவோ தங்கையோ இருந்தால் அவர்களைத் திருமணம் செய்து கொள்பவர்கள் தனக்கு சகலை ஆவார்கள். அதே நேரத்தில் தன் மனைவிக்கு அவளுடைய தங்கையின் கணவர் அத்திம்பேர் ஆவார்கள். அவளது அக்காவின் கணவர் அவளுக்கு மாமா ஆவார்கள்.

ஒரே வீட்டில் பிறந்த அண்ணன் தம்பி இருவரின் மனைவிகளை ஓர் அகத்தி என்பார்கள். அதாவது ஓரகத்தி, ஒப்புடையவர்கள், ஒரே வீட்டில் திருமணம் செய்து கொண்ட ஒரே அந்தஸ்தைக் கொண்டவர்கள் என அர்த்தம்.

ஒரு பெண்ணிற்கு அவளது கணவனுடன் பிறந்தவர் மூத்தவர் என்றால் மச்சாண்டார் எனவும், இளையவர் என்றால் கொழுந்தனார் எனவும் சொல்வார்கள்.

ஒரு பெண்ணின் கணவனுடன் பிறந்த தங்கை நாத்தனார் ஆவார்.

தன்னுடைய அண்ணனைத் திருமணம் செய்து கொண்ட பெண் அண்ணி ஆவாள். புதியதாக குடும்பத்திற்கு அறிமுகமாகும் அண்ணிக்கு தனது அண்ணனைப் பற்றிய விளக்கங்களைக் கொடுப்பது இந்த நாத்தனார் தான். ஏனெனில், கூடவே பிறந்து வளர்ந்தவளுக்குத்தானே அண்ணனைப் பற்றிய குண நலன்கள் முழுமையாகத் தெரியும்? இதைத்தான் நாத்தனார் விளக்கம் என்று சொல்வது மருவி, நாத்தி

விளக்கு என மாறி விட்டது. அண்ணனது திருமண சமயத்தில் மணமேடையில் தங்கையை எரியும் விளக்கை கையில் ஏந்தி நிற்கச் சொல்வதும் இந்தச் சொல் மருவியதால் தான்.

சரி, அது இருக்கட்டும்! இதுவரை சொன்ன உறவுகளை அடிப்படையாகக் கொண்டு, ஒருவர் தனக்கு அண்ணன் முறை வந்தால், அவரைச் சூழ்ந்திருக்கும் உறவானவர்கள் நமக்கென்ன உறவுமுறையில் வருவார்களென யூகம் செய்யலாம்.

மாமா முறை வந்தாலும் தந்தை முறை வந்தாலும் அதனை மையமாக வைத்து அவர்களைச் சூழ்ந்த உறவுகளை நாம் எப்படி அழைப்பது என தீர்மானிக்கலாம்.

நிலன்: தாத்தா! இவ்வளவு உறவுமுறைகளைப் பற்றி சொன்னீர்கள்! இதில் பெரியப்பா பெரியம்மா, சித்தப்பா சின்னம்மா (சித்தி) என யாருமே வரவில்லையே?!

பாட்டி: அவர்களை உனக்கு ஏற்கெனவே தெரியும் தானே?! இருந்தாலும் அந்த உறவுகளை மட்டும் ஏன் விட்டு வைக்க வேண்டும்? வெளிநாட்டில் வளரும் வருணவிக்கு உறவுமுறைகள் பற்றி தெரியாமல் கூட இருக்கலாம். அவள் வந்த பிறகு அவளுக்கு நீ விளக்கம் சொல்ல முடியும். சொல்கிறேன். கேட்டுக்கொள் பார்க்கலாம்.

அப்பாவுடன் பிறந்த அண்ணன் உனக்கு பெரிய அப்பா; பெரியப்பா என்று சொல்கிறோம். அவருடைய தம்பி உனக்கு சின்ன அப்பா (சிறிய அப்பா); சித்தப்பா என்று அழைக்கிறோம். அவர்களது மனைவியை முறையே பெரியம்மா சின்னம்மா என்று கூப்பிடுகிறோம்.

அவர்களது பிள்ளைகள் உங்களுக்குப் பெரியவர்களாக இருந்தால் அக்கா, அண்ணன். சிறியவர்களாக இருந்தால் தம்பி, தங்கை.

இதனை அடிப்படையாகக் கொண்டு, அப்பாவுக்கு அண்ணன் முறையில் வருபவர்களது பிள்ளைகளை, அண்ணன், அக்கா, தம்பி, தங்கை என்று முறை வைத்து அழைக்கலாம்.

நாங்கள் மட்டும் அல்லாமல், உன் அப்பாவுக்கு மாமா அத்தை முறையில் இருப்பவர்கள், உனக்கு தாத்தா பாட்டி ஆவார்கள். அதே போல அம்மாவுக்கும் மாமா அத்தை முறையில் இருப்பவர்கள் உனக்குத் தாத்தா பாட்டி தான்.

மேலும் உனது அம்மாவுடன் பிறந்த அக்காவும் தங்கையும் உனக்கு பெரியம்மா சின்னம்மா ஆவார்கள். அவர்களது கணவர் முறையே பெரியப்பா சித்தப்பா ஆவார்கள்.

அதேபோல அவர்களது பிள்ளைகள் பெரியவர்களாக இருந்தால் அண்ணன் அக்கா, சிறியவர்களாக இருந்தால் தம்பி தங்கை.

இப்படியாக உறவு முறைகளெல்லாம் கிளை பாய்ந்து வளர்ந்து, சுற்றம் சூழ சமூகமாக வாழ்பவர்கள் நாம்.

கௌதம்: அத்தையும் மாமாவும் உறவு முறைகளைப் பற்றி மிக விரிவாக நிலனிடம் சொல்லி இருக்கிறீர்கள். இத்தனை நாட்களாக அவனுக்கு இந்த முறைகள் எல்லாம் தெரிந்திருக்க வாய்ப்பே இல்லை.

வருணவி வந்த பிறகு ஒன்று நடக்கப் போகிறது பாருங்களேன். இந்த முறைகளையெல்லாம் முழுவதுமாகத் தவிர்த்து விட்டு, அவள் வயதையொட்டி கொஞ்சம் பெரியவர்களாக அல்லது சிறியவர்களாக இருக்கும் பிள்ளைகளை அவள் பெயர் விட்டுத்தான் அழைப்பாள். கிட்டத்தட்ட அவளது அம்மா அப்பா வயதையொட்டி இருப்பவர்களை ஆன்ட்டி, அங்கிள் என்று அழைப்பாள். தாத்தா பாட்டி அவளுக்கு கிராண்ட்பா, கிராண்மா. அவ்வளவுதான்.

சற்று நேரத்திற்கெல்லாம் நிலனின் அத்தை மாமா வருணவியோடு உள்ளே நுழைந்தார்கள். கௌதம் சொன்னது போல வருணவி அப்படித்தான் எல்லோரையும் அழைத்தாள்.

உறவும் முறையும்

வ. எண்	உறவின்முறை	உறவின் பெயர்
1.	அப்பாவின் அப்பா அம்மாவின் அப்பா	தாத்தா
2	அப்பாவின் அம்மா அம்மாவின் அம்மா	பாட்டி
3.	அப்பாவின் அண்ணன்/ அண்ணன் மனைவி	பெரியப்பா/பெரியம்மா
4.	அப்பாவின் தம்பி/தம்பி மனைவி	சித்தப்பா/சின்னம்மா
5.	அப்பாவின் அக்கா, தங்கை/ அவர்களது கணவர்	அத்தை/மாமா
6.	அம்மாவின் அக்கா/ அக்காவின் கணவர்	பெரியம்மா/பெரியப்பா
7.	அம்மாவின் தங்கை/ தங்கையின் கணவர்	சின்னம்மா/சித்தப்பா
8.	அம்மாவின் அண்ணா, தம்பி/அவர்களது மனைவி	மாமா/அத்தை (அ) (தாய் மாமன்/அத்தை)
9.	அண்ணன் மனைவி	அண்ணி
10	தம்பியின் மனைவி	நங்கை
11	தன் மனைவியின் அக்கா	மைத்துனி
12	தன் மனைவியின் தங்கை கொழுந்தியாள்	கொழுந்தியாள்
13	தன் மனைவியின் அண்ணன்	மாமா
14	தன் மனைவியின் தம்பி	மச்சான்
15	தன் பெரியப்பா பெரியம்மாவின் பிள்ளைகள்	அவர்களது வயதைப் பொறுத்து அண்ணன், அக்கா தம்பி, தங்கை

பிரேமா இரவிச்சந்திரன்

16	தன் சித்தப்பா சின்னம்மாவின் பிள்ளைகள்	அவர்களது வயதைப் பொறுத்து அண்ணன், அக்கா தம்பி, தங்கை
17	அக்காவின் கணவர்	மாமா
18	தங்கையின் கணவர்	வயதில் பெரியவர் எனில் மாமா; சிறியவர் எனில் மச்சான்
19	தன் கணவரின் அண்ணன்/ அண்ணனது மனைவி	மச்சாண்டார்/அக்கா (ஓர் அகத்தி, ஒப்புடையவள்)
20	தன் கணவரின் தம்பி/ தம்பியின் மனைவி	கொழுந்தனார் /தங்கை (ஓர் அகத்தி, ஒப்புடையவள்)
21	தாத்தா பாட்டியின் அம்மா/ அப்பா	கொள்ளு தாத்தா/ கொள்ளு பாட்டி

7.
நிலனுக்கு பாட்டி கொடுத்தப் பரிசு

ஒருநாள் மாலை நேரத்தில் நிலன் சைக்கிள் ஓட்டி விளையாடிக் கொண்டிருந்தான். நிலனின் அம்மா யாழினியும் அப்பா கௌதமும் இன்னும் அலுவலகத்திலிருந்து திரும்பவில்லை. அப்போது அவனது தாத்தாவும் பாட்டியும் ஊரிலிருந்து வந்திருந்தார்கள்.

அவர்கள் வரும்பொழுது நிலனுக்காக ஏதாவது வாங்கி வருவது வழக்கம். ஆனால் அதை அவர்கள் உடனே கொடுக்க மாட்டார்கள். "எங்கே கண்டுபிடி பார்க்கலாம்? நீ சரியாகச் சொன்னால் தான் நான் கொடுப்பேன்" என்று புதிர் போடுவார்கள். என்னவாக இருக்குமென்று யோசித்து, தனக்குப் பிடித்ததையெல்லாம் சொல்லிக் கொண்டிப்பான் நிலன். அன்றும் அப்படியே தான் நடந்தது.

நிலன்: பாட்டி! நீங்கள் எனக்கு சாக்லேட் தானே வாங்கி வந்திருக்கிறீர்கள்?

பாட்டி: அதுவும் இருக்கிறது கண்ணா. ஆனால் நீ விளையாடுவதற்கு மற்றும் ஒன்றை வாங்கி வந்திருக்கிறேன். கண்டுபிடி பார்க்கலாம்.

நிலன்: கார் பொம்மை?!!

பாட்டி: இல்லை செல்லமே! அது உனக்கு வேண்டுமானால் அடுத்த முறை வாங்கி வருகிறேன்.

நிலன்: கரடி பொம்மை??!!

பாட்டி: பொம்மை முழுவதும் புசுபுசுவென்று பஞ்சு போல இருக்குமே?! பல்வேறு நிறங்களில் பொம்மை கடைகளில் விற்கின்றன. அதைத் தானே சொல்கிறாய்?

நிலன்: ஆமாம் பாட்டி! அதுவே தான்! வாங்கி வந்திருக்கின்றீர்களா?!

பாட்டி: இல்லை நிலன்! அதனை உனக்கு வாங்கிக் கொடுக்க மாட்டேன். அந்த பொம்மையைப் பார்த்தாலே இரசாயனம் கலந்த செயற்கைப் பஞ்சு மாதிரி தெரிகிறது. அதனோடு நீ விளையாடும் போது பொம்மையிலிருந்து உதிர்ந்து விழும் நுண்ணிழைகள் உனது சுவாசத்திற்கு ஆகாது.

நிலன்: செயற்கைப் பஞ்சு என்றால் என்ன பாட்டி? ஏன் ஆகாது?

பாட்டி: பொதுவாக இந்தக் கரடி பொம்மைகளை அங்கோரா எனும் ஆட்டின் உரோமத்தில் தான் தயாரிப்பார்கள். அதனால் உடம்பிற்கு கெடுதல் ஏதும் வராது. ஆனால் அந்த வகை ஆட்டு உரோமம் போலவே தயாரிக்கப்படும் செயற்கை இரசாயனத்தால் ஆன இழைகளைப் பயன்படுத்தித் தயாரிக்கப்படும் பொம்மைகளும் இருக்கின்றன. எனக்கு அதனை வேறுபடுத்திப் பார்த்து வாங்குவதற்குத் தெரியாது. நுண்ணிய உரோமம் போலவே இருக்கும் இந்தச் செயற்கை இழையானது சுவாசிக்கும் உனது நுரையீரலையே பாதிக்கும்.

நிலன்: சரிங்க பாட்டி! அப்படியானால் உடம்பிற்கு நன்மை செய்யும் பொம்மை என்ற ஒன்று இருக்கிறதா?

பாட்டி: ஆஹா! அருமை நிலன்!! நான் என்ன வாங்கி வந்திருக்கிறேன் என்பதை நீ இப்பொழுது கண்டுபிடித்து விட்டாய்!!

நிலன்: நான் இன்னும் சொல்லவே இல்லையே பாட்டி!

(நிலனுக்கு ஆச்சரியமாகிவிட்டது)

பாட்டி: ஏன் சொல்லவில்லை?! உடம்பிற்கு நன்மை செய்யும் பொம்மை என்று சொல்லிவிட்டாய் அல்லவா?! இனிமேல் உள்ளதை நானே சொல்லி விடுகிறேன்.

நான் உனக்கு வாங்கி வந்தது மரப்பாச்சி பொம்மை. அதனை செஞ்சந்தன மரத்தால் செதுக்கியிருக்கிறார்கள். பொதுவாக இதனை பல் முளைக்கும் குழந்தைகளின் கையில் கொடுத்தால் அதனை அவர்களது வாயில் வைத்துக் கடிப்பார்கள் தானே? அப்போது மரத்தின் சிறு சிறு துகள்கள் உமிழ் நீரோடு கரைந்து வயிற்றுக்குள் செல்வதற்கு வாய்ப்பாக அமையும். செஞ்சந்தனம் உடலுக்கும், தோலுக்கும் நன்மை பயக்கும் மருத்துவ குணம் கொண்டது.

இந்த மரப்பாச்சி பொம்மைக்கு உனது விருப்பப்படி நீ ஆடை அலங்காரம் செய்து விடலாம். மரத்தால் செதுக்கிய பொம்மை எனும் போது நீண்ட நாட்கள் சென்ற பிறகும் பழையது என்று

வேண்டாததாகக் கழிக்க வேண்டிய தேவையில்லை. எவ்வளவு காலமாக ஆனாலும் பத்திரமாகவே இருக்கும். உனக்கு தங்கச்சிப் பாப்பா பிறந்த பிறகு, அவளுக்கும் விளையாடுவதற்கு இந்தப் பொம்மையையே கொடுக்கலாம். ஆதி காலத்தில் குழந்தைகள் விளையாடிய முதல் பொம்மை இது தான். தமிழகம் மற்றும் ஆந்திர மாநிலத்தில் மட்டும்தான் மரப்பாச்சி பொம்மைகளை அதிகமாகத் தயாரிக்கிறார்கள். நானும் தாத்தாவும் கடந்த வாரம் சுற்றுலா சென்றிருந்தபோது உனக்காக வாங்கிய பொம்மை இது.

தாத்தா: நிலன் கண்ணா! மரப்பாச்சி பொம்மைகளை செஞ்சந்தன மரத்தால் மட்டும் தயாரிப்பது இல்லை. முள்ளிலவு மரம், ஊசியிலை மரம், தேக்கு மரம், செம்மரம் போன்றவற்றிலிருந்தும் செதுக்குகிறார்கள்.

(நிலனின் அம்மா யாழினி அலுவலகத்திலிருந்து தற்பொழுது தான் வீட்டிற்குள் நுழைகிறார்.)

யாழினி: அம்மா! அப்பா!! வாங்க!!! நலமாக இருக்கிறீர்களா?!! கௌதம் (நிலனின் அப்பா) இன்னும் சற்று நேரத்தில் அலுவலகத்திலிருந்து வீட்டிற்கு வந்துவிடுவார்.

நிலன்! தாத்தா பாட்டிக்கு ஏதாவது சாப்பிடக் கொடுத்தாயா?

(கொடுத்தேன் என்பதைப் போல நிலன் தலையை அசைத்தான்.)

தாத்தா பாட்டியுடன் மரப்பாச்சி பொம்மையைப் பற்றிய உனது உரையாடலை காதில் கேட்டுக் கொண்டே தான் வீட்டிற்குள் நுழைந்தேன்.

அப்படி இரண்டு பொம்மைகள் நமது வீட்டில் இருந்தது தானே அம்மா? நீங்கள் அதனை அக்காவின் திருமணத்தின் போது அவளோடு அவளது புகுந்த வீட்டிற்குக் கொடுத்து அனுப்பியது எனக்கு நன்றாக நினைவு இருக்கிறது.

தாத்தா: ஆமாம் யாழினி! ஆணும் பெண்ணுமாக ஜோடியாக இருக்கும் மரப்பாச்சி பொம்மைகளை, உங்கள் அம்மா என்னைத் திருமணம் செய்த போது அவளது அம்மா கொடுத்து அனுப்பினாங்க.

அந்த காலத்தில் புகைப்படங்கள் எல்லாம் கிடையாது. மகள் திருமணமாகி புகுந்த வீட்டிற்குப் போகும் பொழுது, அம்மா அப்பா நினைவாக மரப்பாச்சி பொம்மைகளைத் தான் அவளோடு கொடுத்து அனுப்புவார்கள்.

பிறகு தன் மகளுக்குப் பிறக்கும் குழந்தைக்கு விளையாடப் பயன்படும் இந்த மரப்பாச்சி பொம்மையை அவள் வளர்ந்து திருமணம் ஆகும் பொழுது, அவளுடன் புகுந்த வீட்டிற்கும் கொடுத்து அனுப்புவார்கள். பரம்பரை பரம்பரையாகத் தொடர்ந்து வந்த இந்தப் பழக்கங்கள் தற்பொழுது பெரும்பாலானவர்களிடம் மறைந்துவிட்டது. நவராத்திரி கொலுவில் அடுக்கப்படும் பொம்மைகளில் மரப்பாச்சி பொம்மைகளை முதன்மையான இடத்தில் மையமாக வைத்துப் பயன்படுத்தி வருகிறார்கள்.

யாழினி: ஆமாம் அப்பா! அக்கா வீட்டுக் கொலுவின் போது என்னையும் அழைத்திருந்தாள். ஆணும் பெண்ணுமாக இருக்கும் மரப்பாச்சி பொம்மைகளுக்கு அழகாக உடை அலங்காரம் செய்து கொலுவில் வைத்திருந்தார்கள்.

எனது திருமணத்தின் போது எனக்கு இந்த பொம்மைகளை நீங்கள் கொடுத்து அனுப்பவே இல்லை. அப்பொழுது காலம் மாறிவிட்டது.

இன்று மீண்டும் நினைவுபடுத்தும் படி பேரப்பிள்ளைகளுக்கு நீங்கள் வாங்கி வந்திருப்பது எனக்கு மிகவும் மகிழ்ச்சியைக் கொடுக்கிறது அப்பா!

(நிலனின் அப்பா கௌதம் அலுவலகம் விட்டு வீட்டிற்குள் நுழைகிறார்.)

கௌதம்: என்ன யாழினி?! அம்மா அப்பா வந்திருக்கும் பொழுது, மரப்பாச்சி பொம்மையைச் சொல்லி வருத்தப்பட்டுக் கொண்டு இருப்பது போல் தெரிகிறதே?!

உனக்குத் திருமணமான போது உலகமயமாக்கல் ஊருக்குள் வந்துவிட்டது. அதனோடு கூடவே பிளாஸ்டிக், ரப்பர் போன்ற பொருள்களால் பல வண்ணங்களில் செய்த பொம்மைகளும் விற்பனைக்கு வந்துவிட்டன.

எதை எடுத்தாலும் வாயில் வைக்கும் பல் முளைக்கும் குழந்தைகளுக்கு இவற்றையெல்லாம் வாங்கிக் கொடுத்து, அவர்களது வயிற்றைக் கெடுத்து விட்டோம்.

என்னதான் முன்னேற்றம் நடந்தாலும் நன்மை பயக்கும் சில பழமைகளையும் இழக்காமல் இருப்பது தான் நல்லது.

பாட்டி: ஆமாம் கௌதம். பழமைகளை இழக்கக் கூடாது என்றாலும் அதனையும் அப்படியே நம்பி வாங்க முடியவில்லை. வேறு ஏதோவொரு மரத்தால் செய்த மரப்பாச்சி பொம்மைகளை அதன் மேற்பரப்பில் செயற்கை ரசாயனத்தைக் கொண்டு வர்ணம் பூசியும் விற்கிறார்கள்.

அதனையும் முகர்ந்துப் பார்த்து செஞ்சந்தன மரத்தின் நறுமணம் வருகிறதாவென உணர்ந்து தான் வாங்க வேண்டும்.

நிலன்: பாட்டி! நீங்கள் அப்படித்தான் வாங்கி இருப்பீர்கள் என்று தெரியும். எனக்கு எப்போது பொம்மையைத் தருவீர்கள்?!

தாத்தா: இதற்கு மேலேயும் தாமதப்படுத்தாமல் பொம்மையை நிலனின் கையில் கொடுத்து விடுங்கள். அவன் எவ்வளவு நேரம் தான் பொறுமையாக இருப்பான்!?

பாட்டி: இதோ! இப்பொழுதே கொடுத்து விடுகிறேன்.

(பாட்டி மெல்ல தன்னுடைய பைக்குள் கையை விட்டு ஆணும் பெண்ணுமாக அழகாக உடை அணிந்திருந்த பொம்மைகளை எடுத்து நிலனின் முன்னால் காண்பித்துப் புன்னகைத்தார்.)

பிரேமா இரவிச்சந்திரன்

வெள்ளை வேட்டியும் தலையில் முண்டாசும் அணிந்திருந்த ஆண் பொம்மையையும், மஞ்சள் வண்ணப் புடவையையும், தலையில் அழகாக அணிகலன்களையும் அணிந்திருந்த பெண் பொம்மையையும் கண்டவுடன் நிலனுக்கு மகிழ்ச்சியாகிவிட்டது.)

நிலன்: இரண்டு பொம்மைகளும் மிகவும் அழகாக இருக்கின்றன. பாட்டி தாத்தா என்ன வாங்கி வந்து கொடுத்தாலும், எனக்கு மிகவும் பிடிக்கும்.

(தாத்தா பாட்டி இருவரையும் நிலன் ஓடிச்சென்று அணைத்துக் கொண்டான்.)

8.
கொஞ்சம் கதைப்போமா?

சித்திரை மாத வெயில் உச்சியைப் பிளக்கிறது. அடர் மரங்கள் நிறைந்த கிராமத்திலும் இதே நிலைதான். சென்னையைப் போன்ற பெரு நகரங்களுக்குச் சொல்லவா வேண்டும்? யாழினிக்கு தன் அம்மா அப்பாவை சென்னைக்கு அழைத்து வந்து அங்குள்ள புதிய இடங்களை அவர்கள் கண்டு மகிழும்படி செய்ய வேண்டுமென ஆசை. எனவே யாழினியும் கௌதமும் நிலனுடன் கிராமத்திற்குச் சென்று திரும்பி வரும் பொழுது நிலனின் தாத்தா பாட்டியையும் அழைத்து வந்திருந்தார்கள். நிலனுக்குக் கொள்ளை இன்பம்! மகிழ்ச்சியில் தலை கால் புரியவில்லை. நகரங்களில் விருந்தினர் வருகை என்பது அரிதாக இருக்கும் பொழுது, அவனுக்கு தாத்தா பாட்டியே வந்து உடன் தங்கப் போகிறார்கள் என்பது எவ்வளவு மகிழ்ச்சியைக் கொடுக்குமென சொல்லவே தேவையில்லை. அவனுக்குள் ஏதேதோ கற்பனை. பாட்டி தாத்தாவை மிகப் பெரிய அங்காடிகளுக்கு, பூங்காவிற்கு, ஐந்து நட்சத்திர உணவு விடுதிக்கு, வழக்கமாகச் செல்லும் நீச்சல் குளத்திற்கு என எல்லா இடங்களுக்கும் அழைத்துச் செல்ல வேண்டும், அத்துடன் தனது நண்பர்களையும் அறிமுகப்படுத்த வேண்டும் என்றெல்லாம் தனக்குள் கற்பனையை வளர்த்துக் கொண்டே சென்றான்.

பேரனுடன் சிறிது காலம் உடன் இருக்கப் போகிறோம் என்பது அவர்களுக்கு மகிழ்ச்சியைக் கொடுத்தாலும், ஊரில், தான் வளர்த்து வரும் மரம், செடி, கொடி, கோழி, மாடு, ஆடு போன்றவற்றைப் பராமரிக்கும் பொறுப்பைப் பண்ணை ஆட்களிடம் ஒப்படைத்து வருவதும், தனது உறவுகள் மற்றும் நண்பர்களைப் பிரிவதும் சிறிது தயக்கத்தைக் கொடுத்தது. இவை எல்லாவற்றிற்கும் அப்பாற்பட்டு பேரன் மீது வைத்திருக்கும் பிரியம் அவர்களை தற்போது சென்னைக்கு வர வைத்து விட்டது.

அங்கு அவர்களது வீட்டில்..

நிலன்: பாட்டி! ஞாயிற்றுக் கிழமையானால் நானும் அப்பா அம்மாவும் நீச்சல் குளத்திற்குப் போவோம். இன்றைக்கு நாம் எல்லோருமே போகலாமா?

பாட்டி: போகலாம் நிலன். ஆனால் தாத்தாவும் நானும் தண்ணீருக்குள் இறங்குவது சிரமம். அதில் கலந்து இருக்கும் குளோரின் பவுடரை குளத்தில் குளிக்கும் எங்களால் சகித்துக் கொள்ள முடியாது கண்ணா!

தாத்தா: நகரத்தில் உள்ள நீச்சல் குளத்தினை கரையோரம் அமர்ந்தவாரே பார்க்கிறோம் நிலன். இயற்கையை ரசிக்க முடிகின்ற குளத்தில் மீன்கள் வாழும். கொக்கு அதனைக் கொத்திக் கொண்டு போகும். ஆடு மாடுகளெல்லாம் தண்ணீர் குடிக்கும். சிறுவர்கள் நீச்சல் அடிப்பார்கள். குளத்தைச் சுற்றி நாணல் வளர்ந்திருக்கும். தவளைகள் அதன் மீது முட்டைகளை இடும். ஊரில் தண்ணீருக்குப் பஞ்சமில்லை. இப்படியெல்லாம் நமது கிராமத்தில் இருக்கும் குளத்திற்கு உன்னை ஒரு நாள் அழைத்துச் செல்கிறேன் நிலன். இன்றைக்கு மகிழ்ச்சியாக நீச்சல் குளத்திற்குப் போகலாம். சரியா?

நிலன்: தாத்தா நீங்கள் சொல்வதைப் பார்த்தால் எனக்கு ஆசையாக இருக்கிறது. பறவைகள் வந்து போகிற குளத்தில் நானும் நீந்த வேண்டும். அப்பா! சென்னையில் குளமே இல்லையா? நாம் ஏன் அங்கு போகவே இல்லை.

கௌதம்: குளமெல்லாம் இருந்தது நிலன். அப்போது அதன் மதிப்பை உணர்வதை விட மக்கள் நெருக்கம் அதிகம் ஆக ஆக கட்டிடங்கள் கட்டுவதற்கு நிலம் முக்கியமாகத் தெரிந்தது. அதனால் மண்ணைக் கொட்டி பெரும்பாலான குளங்களை மூடிவிட்டோம் .

யாழினி: அப்படி குளத்தினை மூடி மேடாக்கிய இடம் எது கௌதம்?

கௌதம்: எனது தாத்தா சொன்ன தகவலை இப்போது சொல்கிறேன். நிலன்! நீயும் கவனமாகக் கேள். ஆங்கிலேயன் நம் நாட்டை ஆண்ட காலத்தில் சென்னை மாகாணத்தில் இருந்த இன்றைய மாம்பலம் அன்று ஒரு கிராமமாக இருந்தது. பண்டங்களைக் கடத்துவதற்கு வசதி வேண்டுமென்று அங்கே ஒரு ரயில் நிலையத்தைக் கட்டினார்கள்.

அதனால் அங்கு மக்கள் நெருக்கம் அதிகமானது. பனகல் எனும் மன்னன் சென்னையை ஆண்ட போது, சைதாப்பேட்டையிலிருந்து

நுங்கம்பாக்கம் வரை ஐந்து கிலோ மீட்டர் நீளத்துக்கும் இரண்டு கிலோமீட்டர் அகலத்துக்குமாக நெடுங்குளம் என்று ஒரு பெரிய குளம் இருந்தது. அதில் மாமா சொன்னது போலவே இயற்கையான அத்தனை உயிரிகளும் வாழ்ந்து வந்தன.

காலப்போக்கில் குடியிருப்புப் பகுதிகள் அதிகமாக தேவைப் பட்டதால் அம்மன்னன் மக்களின் வசதிக்காக அந்தக் குளத்தை மண் மேடாக்கி மூடினார். அவரது பெயரால் இன்றும் அப்பகுதி அழைக் கப்படுகிறது. குளம் இருந்த அடையாளமாக இப்போது அங்கு எதுவுமே இல்லை. இப்படி குளங்களை மட்டுமல்ல, காடுகளாக இருந்த நிறைய நிலப்பரப்புகளை சமதளமாக்கி அதன் மீது கட்டடங்களைக் கட்டி நாம் வாழ்ந்து வருகிறோம். நிலப்பரப்பு தேவைப்பட்ட ஆரம்ப காலங்களில் இவை சுற்றுச்சூழலை பெரியதாக தாக்கவில்லை என்றாலும் அளவுக்கு அதிகமாக இயற்கையை அழித்து வரும் பொழுது தற்பொழுது சூழல் பாதிக்கப்படுகிறது.

நிலன்! நீ கவனித்துப் பார்த்தால் ஒன்று புரியும். இந்தியாவின் முக்கிய நான்கு நகரங்களில் மூன்று நகரங்கள், கடலை ஒட்டி இருக்கும் நிலப்பரப்பில் தான் உள்ளன. அரபிக் கடலோர மும்பை, வங்காளக் கரையோரம் அமைந்த கல்கத்தா மற்றும் சென்னை ஆகிய நகரங்களை கப்பல் போக்குவரத்து வசதியை முன்னிட்டு ஆங்கிலேயர்கள் இவ்வாறு அமைத்திருக்கிறார்கள்.

பிரேமோ இரவிச்சந்திரன்

வாரன் ஹேஸ்டிங் பிரபு வாழ்ந்த காலத்தில் கல்கத்தா தான் இந்தியாவின் தலைநகரம். அங்கு நிலவும் அதிகப்படியான வெப்பத்தைப் பொறுத்துக் கொள்ள முடியாமல், மலை வாசஸ்தலமான சிம்லா அருகில் இருக்கும் டெல்லியை பிறகு தலைநகரமாகத் தேர்ந்தெடுத்தார்கள்.

கல்கத்தாவை சமதளமாக்கியதில் பெரும்பங்கு வாரன் ஹேஸ்டிங் பிரபுவுக்கு உண்டு. அவர் முயற்சி எடுக்காமல் இருந்திருந்தால் அங்கிருந்த சதுப்பு நிலக் காடுகள், புலிகள் வாழும் பகுதியாக நீடித்து இருந்திருக்கும். பெருகி வந்த மக்கள் தொகைக்கு ஏற்ப குடியிருப்புப் பகுதிகள் தேவைப்பட்டன என்பதால் இயற்கையை அழித்து விட்டோம். இந்தக் குற்ற உணர்வும் நமக்கு இருந்து கொண்டு தான் இருக்கிறது.

யாழினி: ஆமாம் கௌதம். நம் நாடு இயற்கைவளம் மிக்கது. அதன் மதிப்பை உணராமல், எல்லை இல்லாமல் அழித்து நமக்கு ஏற்றாற் போல வடிவமைத்து வாழ்கிறோம். அயல்நாட்டில் மக்கள் நெருக்கம் அதிகமாகும் போது அவர்கள் பாலைவனத்தைக் கூட குடியிருப்பாக மாற்ற முயற்சி செய்கிறார்கள். அங்கே அவர்களால் கட்டடங்களைக் கொண்டு வர முடிகிறதே தவிர இயற்கையைக் கட்டியெழுப்ப யாராலும் முடியவில்லை. அதற்கான சக்தி மனிதனிடம் இல்லவே இல்லை.

நமது தலைமுறையினர் வளர்ச்சி எனும் பெயரில் இயற்கையின் வளர்ச்சியைக் குறைத்துக் கொண்டே வருகிறோம். பயன்படுத்துவதற்கு சமமாக திருப்பிக் கொடுப்பதில் குறைவாக இருக்கிறோம். நிலன் குட்டி! உங்களுக்கெல்லாம் கடனாளியாக நீங்கள் கேட்கும் கேள்விக்குப் பதில் சொல்லும் குற்றவாளியாக இப்போது நின்று கொண்டு இருக்கிறோம்.

வீங்கி வெடிக்கும் மக்கள் தொகையின் அசுர வளர்ச்சிக்கு உலகம் முன்னோக்கிச் சென்றுகொண்டே இருக்கிறதே ஒழிய, ஒரு நாளும் பின்னோக்கி கடந்த கால நிலைக்கு இதுவரையில் நம்மால் வர முடிந்ததே இல்லை. இதில் நன்மையும் தீமையுமென இரண்டுமே அடங்கி உள்ளன.

ஆனால் ஒன்று மட்டும் தெளிவானது. இவ்வுலகம் தன்னைத் தானே புதுப்பித்துக் கொள்ளும் இயல்பு கொண்டது. நாம் அழிப்பதை நிறுத்தினால் பூமி மீண்டும் தன்னை பழைய நிலைக்குக் கொண்டு செல்ல முயற்சி செய்து அதனை அடைந்து விடும். அழிக்கும் செயலை

நாம் நிறுத்த வேண்டும். அதில் தான் இருக்கிறது நமது வெற்றி.

சரி, இதனை அப்படியே இப்போதைக்கு விட்டு விடுவோம். அம்மா அப்பாவை அழைத்து வந்து நிலனோடு ஆசையாக தங்க வைக்க வேண்டுமென்று நினைத்தால், நமது கற்பனையிலேயே காலச் சக்கரத்தில் சுழன்று பயணம் செய்து பழைய காலத்திற்குச் சென்று விட்டோம். நாம் செய்து வரும் மாற்றங்களைப் பற்றி உரையாடி பூமியின் புதுப்பிக்கும் சக்தியையும் பேசி விட்டோம். சமுதாயக் கடமையென்று அனைவருக்கும் ஒன்று இருக்கிறது அல்லவா? அதனால் இது குறித்த விழிப்புணர்வு தேவை என்பதை மறக்காமல், அதே நேரத்தில் இன்றைய மகிழ்ச்சியையும் இழந்து விடாமல் முழுப்பொழுதும் சென்னையைச் சுற்றிப் பார்க்கப் போகிறோம். வாங்க கிளம்பலாம்.

அனைவரும் அதற்காகத் தயாராகி திட்டமிட்டபடியே கடற்கரைப் பகுதியை ஒட்டியிருந்த நீச்சல் குளம், சென்னை மாநகரத்தின் பல்பொருள் அங்காடி, என பல இடங்களுக்குச் சென்றுவிட்டு, இறுதியாக நல்ல உணவு விடுதியில் சுவையான உணவை அருந்திவிட்டு அன்றைய பொழுதினை மகிழ்ச்சியுடன் கழித்தபடி வீடு வந்து சேர்ந்தார்கள்.

9.
கோபுரங்கள் சாய்வதில்லை

அன்றொரு நாள் அடர் மழை. பாட்டி, தாத்தா, அம்மா, அப்பா நிலன் என அனைவரும் வீட்டில் இருந்தார்கள். மாலை நேரம் சூடான சிற்றுண்டி அருந்தியவாறு யாழினி நிலனைத் தேடினார். தாத்தா ஜன்னல் அருகில் நின்று மழையை ரசித்துக் கொண்டிருந்தார். கௌதமிற்கு அலுவலக வேலை வீட்டிலும் தொடர்ந்து கொண்டிருந்தது. பாட்டி நிலனின் அருகில் அமர்ந்து அவனது விளையாட்டைக் கண்டு ரசித்தவாறு உரையாடிக் கொண்டிருந்தார். யாழினி வாங்கிக் கொடுத்த பிறந்தநாள் பரிசு அது. அட்டைகளை அடுக்கி உயரமான கோபுரம் கட்ட வேண்டும். உயரம் அதிகமானால் அதற்குச் சமமான அளவில் வெற்றி கிட்டியதாக நிலன் மகிழ்ந்து உற்சாகமாக கையைத் தட்டி வாய்விட்டு சிரித்துக் கொண்டான். அதனைக் கண்டு பாட்டியும், அவ்வப்போது தாத்தாவும் ரசித்துக் கொண்டிருந்தார்கள். கௌதம் அலுவலக வேலையை சிறிது நேரம் நிறுத்திவிட்டு மழையை ரசிப்பதற்காக வீட்டு வாயில் கதவைத் திறந்தார். பலமாக வீசிய காற்றில் நிலன் அடுக்கி வைத்திருந்த அட்டைகள் அனைத்தும் பொலபொலவென உதிர்ந்து கோபுரம் சாய்ந்து தரையோடு தரையாகப் படுத்து விட்டது. நிலனின் சிரிப்பும் நின்று, முகம் ஏமாற்றம் கொண்டது. உடையாத கோபுரம் கட்ட வேண்டுமென்று யோசிக்க ஆரம்பித்து விட்டான். அவனது மனதில் எழுந்த முதல் கேள்வியாக..

நிலன்: அப்பா! காற்றடித்தாலும் சாயாத கோபுரம் கட்டுவது சாத்தியமா?

கௌதம்: நிலநடுக்கமே வந்தால் கூட சாயாத கோபுரம் கட்ட முடியும் நிலன். தஞ்சை பெரிய கோவில் கோபுரம் அமைக்கப்பட்டிருக்கும் விதத்தைத் தெரிந்து கொண்டால் உனக்கு அந்த உண்மை புரியும்.

நிலன்: அப்படியானால் அதைப் பற்றி எனக்கு சொல்லுங்கள் அப்பா.

கௌதம்: சரி சொல்கிறேன் நிலன்! பொதுமக்கள் வணங்குவதற்காக அனுமதிக்கும் பகுதியில் கோபுரத்தைப் பற்றி ஒன்றும் அறிந்து கொள்ள முடியாது. கோவிலின் உட்புறம் சன்னதிக்கு வலப் பக்கத்தில் பக்கவாட்டில் படிக்கட்டுகள் இருக்கின்றன. அதில் ஏறிச் சென்று பார்ப்பதற்கு யாருக்கும் அனுமதி கிடையாது. அப்பகுதி தொல்லியல் துறையின் பாதுகாப்பில் இருக்கிறது.

நீ ஒரு வயது குழந்தையாக இருந்தபோது நாம் எல்லோரும் அங்கே குடும்பத்தோடு சென்று இருக்கிறோம். தொல்லியல் துறையில் பணிபுரியும் எனது நண்பர் அந்தக் கோபுரத்தைப் பற்றிய விளக்கங்களையெல்லாம் அப்பொழுது கொடுத்தார். அதைப் பற்றி சொன்னால் புரிந்து கொள்ளும் வயது உனக்கு இப்பொழுது தான் இருக்கிறது. எல்லாவற்றையும் விளக்கமாகச் சொல்கிறேன்.

தமிழில் 216 எழுத்துகளின் எண்ணிக்கையை அடிப்படையாக வைத்து கோபுரத்தின் உயரத்தை 216 அடி வரை எழுப்பிக் கட்டியிருக் கிறார்கள். வலப் பக்கம் அமைந்திருக்கும் படிக்கட்டு வழியாக மேலே ஏறி மாடிப்பகுதிக்கு வரும்பொழுது 40 அடி உயரத்தில் சன்னதியில் இருக்கும் சிவலிங்கத்தின் உச்சியைச் சுற்றிலும் ஒரு மாட்டு வண்டி செல்லும் அகலத்திற்குப் பாதை அமைந்திருக்கிறது. அந்தப் பாதையில் நின்று குனிந்தவாறு அன்றைய காலத்தில் ராஜராஜசோழனும் அவரது துணைவியாரும் பூஜைக்கான பூக்களை சிவலிங்கத்தின் உச்சியின் மீது உதிர்த்து வணங்கி இருக்கிறார்கள். கோபுரத்தின் உச்சியை நோக்கி திறந்த பகுதியாக சிவலிங்கத்தின் தலைப்பகுதி இருந்திருக்கிறது. நாயக்கர் காலத்தில் பறவைகள் கோபுரத்தின் உட்புறமாக அமரும் வாய்ப்பில் அதன் எச்சம் சிவலிங்கத்தின் மீது விழுந்திருக்கலாம். அதனைத் தவிர்க்க நாற்பது அடி உயரத்தில் திறந்திருந்த மையப்பகுதியை காரைப் பூசி அடைத்திருக்கிறார்கள்.

40 அடி உயரத்தில் அமைந்திருக்கும் இந்தப் பாதையின் அகலத்தில் வலப் புற கடைசியிலிருந்து 13 அடி அகலத்தினால் ஆன சுவரானது கோபுரத்தின் மையப்பகுதியை நோக்கியவாறு இடப் புறம் சாய்வாக மேலெழும்புகிறது. அதேபோல பாதையின் இடப் பக்கக் கடைசியிலிருந்து வலப் புறம் சாய்வாக 11 அடி அகலச் சுவர் மேலெழும்பிய பின், இரு சுவர்களும் சந்திக்கும் இடத்தில் ஒன்றாக இணைந்து 15 அடி அகலத்தில் ஒரே சுவராக வலப் பக்கம் கோபுரத்தை நோக்கி சாய்வாக மேலெழும்புகிறது. இதே போல கோபுரத்தின் இடப் பக்கமும் கோபுரம் அமைந்திருக்கும் திசையில் சாய்வாக அமைந்து ஒற்றைச் சுவராக மேல் எழும்புகிறது.

இவ்வாறு இருபுறங்களிலும் இரட்டைச் சுவர்கள் சந்திக்கும் இடத்திலிருந்து ஒற்றைச் சுவராக, இரு பக்கங்களுக்கு ஒன்றாக மேலெழும்பி, கோபுரத்தின் முழு பாரத்தையும் இரு பக்கங்களிலும் இரு சுவர்களின் உச்சிகளானவை மொத்த கோபுரத்தையும் தாங்கிக் கொள்கின்றன.

இன்னும் எளிமைப்படுத்தி சொல்ல வேண்டுமானால் ஆங்கில எழுத்து "A" வடிவம் கோபுரத்தின் அடிப் பாகத்தில் இரு பக்கங்களிலும் அமைந்து, "A" எழுத்தின் உச்சியில்"/ \"இவ்வாறான இரு சுவர்கள் முறையே இட வலப் புறத்தில் மேல் எழும்பி அதன் மீது கோபுரம் அமைக்கப்பட்டு இறுதியில் கோபுரக் கலசம் உயரத்தில் அமைந்து முடிவடைகிறது.

ஆயிரம் ஆண்டுகளுக்கும் மேலாக நிலைத்து நிற்கின்ற இந்தக் கோபுரத்தில் இருக்கும் கற்கள், ஒன்றுடன் ஒன்று பற்றிக் கொள்வதற்கு சிமெண்டோ சுண்ணாம்போ பயன்படுத்தப்படவில்லை. ஒரு கல்லில் துளையிட்டு மறு கல்லில் பந்து போன்ற அமைப்பைப் புடைப்பாகச் செதுக்கி ஒன்றுடன் ஒன்று பொருத்தி இருக்கிறார்கள். மொத்த உயரமான 216 அடியிலிருந்து பாதை அமைந்திருக்கும் உயரமான 40 அடியைக் கழித்து விட்டால், மீதமிருக்கும் 176 அடியானது கூம்பு வடிவ கோபுரத்தின் உயரமாகும்.

இயந்திரங்கள் இல்லாத ஆயிரம் ஆண்டுகளுக்கு முன்பு இதில் பயன்படுத்தப்பட்டிருக்கும் கற்களை எந்த இடத்தில் அளந்தாலும் ஒரே அளவாகத் தான் இருக்கிறது. நமது தென்னிந்தியக் கட்டடக்கலைக்கு மேன்மையான சான்றாக இந்தக் கோபுரம் அமைந்திருக்கிறது.

கோபுரத்தின் அடிப்பாகத்தைச் சுற்றிலும் சதுர வடிவிலான 108 கற்கள் அடுக்கப்பட்டு அதில் புடைப்பாக பரதநாட்டிய முத்திரையை நான்கு கைகளைக் கொண்ட சிவனின் உருவத்தைக் கொண்டு செதுக்கி இருக்கிறார்கள். 11 அடி நீளத்தில் உட்புறமாக நீண்டிருக்கும் இந்தச் செவ்வக வடிவக் கற்களானவை உருவங்கள் செதுக்கப்படுவதற்கு முன்பே பதிக்கப்பட்டவை. 40 அடி உயரத்தில் கோபுரத்தைச் சுற்றி அமைந்திருக்கும் பாதையின் வழியாகச் சுற்றி வரும் போது காணும் உயரத்தில் இந்தச் சிற்பங்கள் அமைந்திருக்கின்றன.

108 கற்களில் 81 கற்கள் வரைதான் சிற்பங்கள் செதுக்கப் பட்டிருக்கின்றன. மற்றவை அப்படியே கரடு முரடாகக் காட்சியளிக் கின்றன. ராஜராஜசோழன் தனது மகன் ராஜேந்திர சோழனுக்கு முடிசூட்டி கங்கை கொண்ட சோழபுரத்தில் அரசாட்சி அமைத்த பிறகு, முடிவடையாத இந்த வேலைகள் இத்தோடு நிறுத்தப்பட்டிருக்கலாம். ராஜராஜசோழனும் இலங்கை மீது படையெடுக்கச் சென்ற பிறகு மீதமுள்ள சிற்பங்கள் செதுக்கப்படாமல் விடப்பட்டிருக்கலாம். மிகத் திறமையான சிற்பிகள் செதுக்கிய நடனச் சிற்பங்களில் சிலவற்றை மட்டும் உனக்குச் சொல்கிறேன்.

ஆடும் போதே வலதுக் கால் விரலின் கட்டை விரலைப் பயன்படுத்தி நெற்றியில் திலகமிடும் 50 ஆவது நடனத்திற்கு நல்லாட்டத் திலகம் என்று பெயர். இது கற்பனையான சிற்பமல்ல. ஒரு நடனக் கலைஞர் என்ன செய்தாரோ அதைத்தான் சிற்பமாக வடித்திருக்கிறார்கள்.

கழுத்தை 180 டிகிரி பின்புறமாகத் திருப்பும் நிலை 61ஆவது சிற்பத்தில் இருக்கிறது. நடனத்தில் எத்தகைய பயிற்சி இருந்தால் இதனைச் செய்ய முடியுமென்பது கற்பனை செய்து பார்த்தால் வியப்பளிக்கும்.

சிவனுக்கும் பார்வதிக்கும் போட்டி நடனமாக 65ஆவது சிற்பத்தில் கற்பனை செய்து வடிவமைத்திருக்கிறார்கள். சபையில் இருவரும் ஆடிக்கொண்டிருக்கும் பொழுது, சிவனது காதில் அணிந்திருந்த குண்டலமானது கழண்டு கீழே விழுந்து விடுகிறதாம். அப்போது எவருக்கும் தெரியாமல் அந்தக் குண்டலத்தை சிவன் தனது கையால் தொடாமல் காலால் எடுத்து காதில் அணிகிறார். இதனைக் கண்டுவிட்ட பார்வதிதேவி இப்படியொரு நடனம் இருக்கிறதோவென நினைத்துக் கொண்டு தனது நடனத்தை நிறுத்தி விடுகிறார். இதன் பிறகு சிவனே வென்றவராகிறார் என்பது போன்ற காட்சியை இந்தச் சிற்பம் விளக்குகிறது. இவ்வாறான நடனக் கலைகள் நமக்கு வியப்பை அளிக்கின்றன.

உதட்டைப் பார்த்தாலே புன்சிரிப்புடன் இருக்கும் முகம் 76 ஆவது சிற்பத்தில் இருக்கிறது. 300ஆண்டுகளுக்கு முற்பட்ட மோனலிசா ஓவியத்தை உலகறிந்திருக்கும் பொழுது, அதைவிட சிறப்பாக ஆயிரம் ஆண்டுகளுக்கு முன்பே நம்மிடம் இவ்வகைச் சிற்பம் இருந்திருக்கிறது என்பது பெருமைக்குரியது.

பெரிய கோபுரத்திற்கு அருகே இருக்கும் பொன் வேய்ந்த கோபுரம் அக்காலத்தில் பொன் தகடுகளால் போர்த்தப்பட்டு இருந்திருக்கிறது. இந்தக் கோபுரத்தில் கைலாய மலையை ஒத்தவாறு நடுவே மலை அமைந்து, சிவன், பார்வதி, முருகன், வள்ளி, தெய்வானை, விநாயகர், பிரம்மா, விஷ்ணு என அனைத்து தெய்வ உருவங்களோடு பூதகணங்களும் காட்சிக் கொடுக்கும்படி அமைக்கப்பட்டு தென் கைலாய மலையென்று இன்றும் மதிக்கப்படுகிறது. அன்றைய காலங்களில் சூரிய ஒளி தங்கத் தகடுகளின் மீது பட்டுத் தெறித்து கைலாய மலை போன்றே தகதகவென மின்னிக் கொண்டு இருந்திருக்கிறது. பிற்காலத்தில் படையெடுத்த மாலிக் கபூர் தங்கத் தகடுகளைக் கலைத்து தன் நாட்டிற்கு கடத்திச் சென்று விட்டார். அவை இருந்ததற்கான அடையாளம் மட்டுமே தற்பொழுது கல்வெட்டுகளில் எழுதப்பட்டிருக்கிறது.

இந்தச் சிறப்புகளை எல்லாம் அடிப்படையாகக் கொண்டு கட்டடக்கலைக்கு மிகச்சிறந்த சான்றாக தஞ்சைப் பெரிய கோவில்

கோபுரம் அமைந்திருக்கிறது. தென்னிந்தியச் சிற்பக் கலைக்கு மிகச் சிறந்த சான்றாக தாராசுரத்தில் அமைந்திருக்கும் ஐராவதேஸ்வரர் கோவிலைச் சொல்லலாம்.

இப்போது சொல் பார்க்கலாம்?! இவ்வளவு சிறப்பான நுணுக்கங் களுடன் நேர்த்தியாகக் கட்டப்பட்ட இந்தக் கோபுரம் சாய்ந்து விடுமா நிலன்?

நிலன்: அப்பா! நான் விளையாடுவதற்காக பில்டிங் பிளாக்ஸ் வாங்கிக் கொடுத்தீர்கள் அல்லவா? அதில் அப்படித்தான் துளையும் புடைப்பும் ஒன்றோடு ஒன்று பொருந்துவது போல அமைந்திருக்கிறது. கற்களால் ஆன தஞ்சாவூர் கோபுரத்தைக் கட்டும் போதும் கற்களை ஒன்றோடு ஒன்று இவ்வாறு தான் பிணைத்து இருக்கிறார்கள் என்பது எனக்குப் புரிந்து விட்டது. பில்டிங் பிளாக்ஸ் வைத்து புயலே வீசினாலும் விழாத கோவிலை எழுப்பி உங்களிடம் காண்பிக்கிறேன்.

கௌதம் சிரித்துக் கொண்டார். இவ்வாறாக அவர்கள் யாவருக்கும் அன்றைய பொழுது இனிதாக அமைந்தது.

10.
தென்கடைக்கோடி

*(**உதவிய நூல்:** நன்னீர்பாலை*

***பயணி:** இரமணன் செல்வம்)*

அன்று வழக்கமான காலை நேரம். சமையலறையில் யாழினி வைத்த வெந்நீர் கொதித்துக் கொண்டிருந்தது. அடுப்பில் வைத்ததை மறந்தவளாக தொலைபேசியில் பேசிக் கொண்டிருந்தாள். கௌதம் எதேச்சையாக சமையல் அறையில் நுழைந்தவர் இதனைக் காண நேர்ந்தது. கூப்பிடும் தொலைவில் சோபாவில் அமர்ந்து கணினியில் விளையாடிக் கொண்டிருந்த நிலனை அழைத்தபடி,

கௌதம்: நிலன்! அம்மா எங்கே இருக்கிறார்? சமையல் அறையில் இல்லையே! எதற்காக தண்ணீரை அடுப்பில் வைத்தார்? நன்றாகக் கொதித்துக் கொண்டிருக்கிறதே! இதனைப் பார்த்தால் டிரேக் பேசேஜ்ஜில் *(Drake passage)* கடல் கொந்தளிப்பதைப் பார்த்ததுதான் நினைவிற்கு வருகிறது.

நிலன்: அம்மா அவரது அறையில் கைபேசியின் மூலம் பேசிக் கொண்டு இருக்கிறார் அப்பா! அது என்ன ட்ரேக் பேசேஜ்? எந்தக் கடலில் இந்த இடம் இருக்கிறது?

கௌதம்: ஒரு வார்த்தையை புதியதாகக் கேட்டாலே நீ விட மாட்டாய் நிலன். கொதிக்கும் நீரை நிறுத்தி விட்டு வருகிறேன். விரிவாகப் பேசுவோம்.

யாழினி: காபி போடுவதற்காக வைத்த தண்ணீர்தான்! அதை பார்த்து விட்டு கதைப் பேச ஆரம்பித்து விட்டீர்களா? நான் தான் அடுப்பில் வைத்ததை மறந்து விட்டேன்.

பாட்டி: அவ்வப்பொழுது தவறுவது சகஜம் தானே? பரவாயில்லை விடு யாழினி. நிலன் கேட்ட கேள்வியால் எனக்கு ஒரு தகவல் நினைவிற்கு வருகிறது. தென் துருவத்தில் இருக்கும் அண்டார்டிகா கண்டத்திற்கு அலுவலக நண்பர்களோடு ட்ரேக் பேசேஜ் வழியாக போனதாக மூன்று ஆண்டுகளுக்கு முன்பு கௌதம் என்னிடம் சொல்லிக் கொண்டிருந்தான். நிலன் அப்போது கைக்குழந்தை. அதைப் பற்றி இந்த வயதில் அவனுக்குச் சொன்னால் தெளிவாகப் புரியும்.

தாத்தா: நான் சிறுவயது பையனாக இருந்தபோது, 'அண்டார்டிகா என்று ஒரு கண்டம் இருக்கிறது. ஆனால் அதைப் பற்றி வெளி உலகத்திற்கு எதுவுமே தெரியாது.' என்று தான் அறிந்திருந்தேன். இப்போது ஏகப்பட்ட தகவல்கள் வர ஆரம்பித்துவிட்டன. எல்லாவற்றுக்கும் விஞ்ஞான வளர்ச்சிதான் காரணம்.

கௌதம்: ஆமாம் அப்பா! 18 ஆம் நூற்றாண்டில் தான் இந்த கண்டத்தையே கண்டுபிடித்து இருக்கிறார்கள். செயற்கைக் கோள்கள் வந்த பிறகு, நவம்பர், டிசம்பர், ஜனவரி, பிப்ரவரி என ஆண்டுக்கு நான்கு மாதங்கள் மட்டும் கப்பல் மூலமாக அங்கே போக முடியுமென தெரிந்தது.

ஆராய்ச்சியாளர்கள் மட்டுமல்லாமல், சவாலான பயணங்களை விரும்புறகிறவர்களும் போக ஆரம்பித்தார்கள். எந்த நாட்டிற்கும் சொந்தமில்லாத அண்டார்டிகா கண்டத்தில், விரும்புகின்ற நாடுகள் மட்டும் தங்களது ஆராய்ச்சிக் கூடங்களை அமைத்துக் கொள்ளலாம்.

மனிதர்கள் வாழத் தகுதியில்லாத கண்டம் என்றாலும் வட துருவத்தில் காணப்படாத தென் துருவத்தில் மட்டுமே வாழ்கின்ற பென்குயின் பறவைகள் பல வகைகளில் அங்கே இருக்கின்றன. சீல், திமிங்கலம், இவற்றோடு அல்பெட்ராஸ், ஸ்குவாஸ், ஸ்நோ பெட்ரல் போன்ற பறவைகளும் இங்கு வாழ்கின்றன. வட துருவத்தில் மட்டும் வாழ்கின்ற பனிக்கரடிகள் தென் துருவத்தில் இருப்பதில்லை.

கோடை காலத்தில் ஹேர் கிராஸ் *(hair grass)* எனும் புல் வகையும், பியல் ஒயிட் *(pearl white)* எனும் செடி வகையும் அங்கே வளர்கின்றன. இவை கிரில் *(krill)* எனும் இறால் போன்ற உயிருக்கு உணவாக அமைந்து, கிட்டத்தட்ட 4000 கிலோ கிரில் ஒரு நாளைக்கு ஒரு திமிங்கலத்திற்கு உணவாகப் பயன்படுகின்றன.

நிலன்: இந்த திமிங்கலம் பிறகு யாருக்குப் பயன்படுகிறது அப்பா?

அப்பா: மனிதர்களுக்குத்தான் நிலன். அளவுக்கு அதிகமாகவே பயன்படுத்துகிறார்கள். முழுமையாக வளர்ந்த நீலத் திமிங்கிலத்தை

பிடித்து அறுத்தால், அதன் தோல் பகுதிக்கு அடியில் உள்ள எண்ணெயானது கிட்டத்தட்ட 100க்கும் மேற்பட்ட பீப்பாய்களில் நிரப்பும் அளவிற்கு அதிகமானது. இதனை சமையல் உட்பட விளக்கு எரிக்க, வார்னிஷ், சோப்பு, அழகு சாதனப் பொருட்கள், பெயிண்ட் போன்றவை தயாரிக்கவென பயன்படுத்தி அனுபவிக்கும் நாம், அதற்குப் பிரதிபலனாக இயற்கைக்கு எதுவுமே கொடுப்பதில்லை. இதனால் இலட்சக்கணக்கான திமிங்கலங்கள் அழிந்தது தான் மிச்சம்.

நிலன்: அதனால்தான் திமிங்கலங்களைக் காப்பாற்றுவதற்குக் கடுமையான நடவடிக்கை எடுத்து வருகிறார்களா? டிரேக் பேசேஜ் *(Drake passage)* பற்றிப் பேச ஆரம்பித்தோம். இப்போது திமிங்கலம் வரைக்கும் வந்து விட்டோம். பேசேஜ் பற்றி சொல்லுங்க அப்பா.

யாழினி: நிலன் கண்ணா! சமையல் அறையில் நீர் கொதித்ததை பார்த்தாய் தானே? அதுதான் உங்களுக்கெல்லாம் கடல் கொந்தளிப்பதை நினைவுபடுத்திவிட்டது. தென் அமெரிக்கா முனையிலிருந்து அண்டார்டிகா கண்டத்திற்கு இடைப்பட்ட இடத்தில் கடல் எப்பொழுதும் கொந்தளித்துக் கொண்டே இருக்கும். கடல் பகுதியின் இந்த இடத்தை தான் டிரெக் பேசேஜ் என்று அழைக்கிறார்கள்.

ஆயிரம் கிலோமீட்டருக்கு மேல் இருக்கும் இந்தத் தொலைவினை, கப்பல் மூலம் கடந்து அண்டார்டிகாவை அடைய இரண்டு நாட்கள் ஆகும். பயணம் செய்பவர்களுக்கு வயிறு குமட்டல் ஏற்பட்டு உடல் சோர்வடையும் அளவிற்கு இவ்வழியே செல்லும் கப்பல் குலுங்கும்.

வெப்பமான பசிபிக் பெருங்கடலும், துருவப் பகுதியில் பனியால் உருகிய குளிர்ந்த அண்டார்டிக் பெருங்கடலும் ஒன்றையொன்று சந்திக்கும் கடல் பகுதியே இவ்விடம் என்பதால் எப்பொழுதும் கொந்தளிப்புடனேயே இருந்தாலும் சில நேரங்களில் அமைதியாகும் போது, அந்நேரம் இதன் மீது கப்பலில் செல்பவர்கள் உல்லாசமாக பொழுதுபோக்கு விளையாட்டுகளை விளையாடிக் கழிக்க வாய்ப்பாக எடுத்துக் கொள்கிறார்கள்.

நிலன்: இவ்வளவு சிரமங்களோடு அண்டார்டிகா கண்டத்திற்குச் சென்று என்னவெல்லாம் பார்க்கலாம்? அங்கே உணவிற்கு என்ன செய்வார்கள்?

யாழினி: சவாலான பயணத்தின் பயனாக, இறுதியில் இயற்கையோடு இயற்கையாகக் கலந்து வெண்பனியையும், ஊதா நிற வானத்தையும், அதனைப் பிரதிபலிக்கும் கடல் பகுதியையும், பஞ்சு போன்ற மேகங்களையும், சூரியன் இப்பகுதிகளில் பட்டுத்

தெறிக்கும் அழகையும், அங்கே வாழும் கடல் வாழ் உயிரிகளையும் பறவைகளையும் கண்டுகளிக்க அழகானதொரு கண்டம் அண்டார்டிகா.

பூமியின் மற்ற பகுதிகளை விட இங்கு மிகவும் மாறுபட்ட இயற்கை சூழ்நிலையாக ஆண்டுக்கு ஆறு மாதங்களுக்கு தொடர்ந்து சூரிய வெளிச்சமே இருக்காது. கடலின் மேற்பரப்பில் உறைந்திருக்கும் பனியின் மீது நம்மால் நடக்கவும் முடியும். சில சமயங்களில் இங்கு வீசும் பனிப்புயல் மிக ஆபத்தானது.

இவை யாவற்றையும் கடந்து கோடை காலத்தில் மட்டும் சுற்றுலாப் பிரியர்கள் வந்து போகும் இடமாக, முதலில் பிளாக் லேண்ட் தீவு, ஜார்ஜியா தீவு, அண்டார்டிகாவின் நுழைவு வாயிலான உலகின் அழகான கல்லறைகளைக் கொண்ட பூண்டா அரேனஸ், பச்சை பசேலென்று அமைந்திருக்கின்ற இரண்டு மலைகளுக்கு நடுவில் இருக்கும் கரிபால்டி பனிப்பாறை, பெங்குயின்கள் அதிகம் வாழும் கிங் ஜார்ஜ் தீவு, சீல், ஸ்குவா எனும் பறவை, சின்ஸ்ட்ராப் பெங்குயின், போன்றவை வாழ்கின்ற இரண்டு கிலோமீட்டர் நீளம் மட்டுமே உள்ள மிகச் சிறிய பிறை போன்ற வடிவம் கொண்ட பிறைநிலாத் தீவு, கடலின் மீது படிந்துள்ள உறைபனி கொண்ட வில்ஹெல்ம்மினா வளைகுடா, திமிங்கலங்களை அதிகமாக வேட்டையாடிய பகுதியான நெகோ ஹார்பர், என பல புதுப்புது இடங்களானவை நாம் வாழ்கின்ற

இடத்திலிருந்து வேறுபட்டு இருப்பதால் காணும் போது உற்சாகமாக உணர வைக்கின்ற பகுதியாக அண்டார்டிகா இருக்கின்றது.

கௌதம்: மிகவும் பிரமிப்பாக இருக்கிறதா நிலன்? மனிதர்கள் குடியிருந்து வாழாத கண்டமான அண்டார்டிகாவானது பூமிப்பந்தின் தென்முனையில் இருக்கும்போது, மனிதர்கள் வாழ்கின்ற உலகத்தின் முடிவு தென் அமெரிக்கா கண்டத்தின் தென்கோடியில் சிலியின் கப்பல் படை உருவாக்கிய நகரமான புரோட்டோ வில்லியம்ஸ் என்னும் இடமாகும்.

நிலன்: அப்படியா அப்பா?! கடை கோடியில் வாழும் மக்களைப் பார்க்க வேண்டும் என்று ஆசையாக இருக்கிறது. அம்மாவும் நீங்களும் தாத்தாவும் பாட்டியும் இதுவரை சொன்ன தகவல்களைக் கேட்ட பிறகு எனது மனதிற்குள்ளே பிரம்மாண்டமான பனி மலைகளும், நீலக் கடலும், திமிங்கலமும், தத்தி தத்தி நடக்கும் பென்குயின் பறவைகளும், தவழ்ந்து நகரும் சீலும் கண்ணுக்குள்ளே படங்களாகத் தெரிகின்றன. உலகில் இன்னும் பல பகுதிகளைப் பற்றித் தெரிந்து கொள்ள மிகவும் ஆர்வமாக இருக்கிறது.

தாத்தா: ஆமாம் நிலன். ஏதோ பிறந்தோம் ஏனோ வளர்ந்தோம் என்று இல்லாமல், வாழ்க்கையை அனுபவிக்க நம்மை நாமே தயார்படுத்திக் கொள்ளவும் வேண்டும். நல்லதொரு உயர்ந்த நிலையை அடைய உன்னைத் தகுதிப்படுத்திக் கொள்வதில் குறியாக இருந்தால் இவ்வாறான பயணங்கள் எல்லாம் உனக்கு சாத்தியம் தான். ஆசைப்படும்போது தான் அதனை அடைகிறோம். கனவுகள் மெய்யாவது இயல்பு நிலன். நீ பூமி முழுவதும் மட்டுமல்ல, விண்ணில் இருக்கும் கோள்களுக்கும் எதிர்காலத்தில் சுற்றுலாவாகச் சென்று காணத்தான் போகிறாய்! வாழ்த்துகள் கண்ணா.

நூலாசிரியர் அறிமுகம்

தமிழகத்தைச் சேர்ந்த பிரேமா இரவிச்சந்திரன் சென்னையில் வசித்து வருகிறார். மதுரை மருத்துவக் கல்லூரியில் மருந்தாளுநருக்குப் பயின்றுள்ள இவர், காரைக்குடி அழகப்பா பல்கலைக்கழகத்தில் முதுகலைப் பட்டம் பெற்றவர். தமிழ் இலக்கியத் துறையில் ஆர்வம் கொண்டவர். தற்போது லண்டன் அனைத்துலக உயிரோடைத் தமிழ்மக்கள் வானொலியில் இலக்கியப்பூக்கள் எனும் தொடர் நிகழ்ச்சியில் நூல்களின் அறிமுகம், மற்றும் தனது படைப்புகளான கவிதைகள், கட்டுரைகளை ஒலிப்பதிவு செய்து பங்கேற்று வருகிறார்.

வல்லினச் சிறகுகள், காற்றுவெளி, கல்கி, இனிய உதயம், புத்தகம் பேசுது, பூஞ்சிட்டு மற்றும் பிற மின்னிதழ்களில் கட்டுரைகள், நூல்களின் அறிமுகம் மற்றும் கவிதைகள் படைத்து இடம் பெற்று வருகிறார். மகாகவி ஈரோடு தமிழன்பன் ஐயாவின் நூல்களை தொகுத்துக் கொண்டிருக்கும் கலைமாமணி அமிர்த கணேசன் அவர்களின் முன்னெடுப்பில், "விடியலின் மொழி" எனும் இவரது கவிதைத் தொகுப்பு நூல் வட கரோலினா சார்லட்டில் நடந்த நூல் கண்காட்சியில் வெளியிடப்பட்டது. "ஆக்கமும் அதன் தாக்கமும்" எனும் தனது இரண்டாவது நூலினை மகாகவி ஈரோடு தமிழன்பன் அவர்களது தலைமையில் சென்னையில் நடைபெற்ற முப்பெரும் விழாவில் வெளியிட்டிருக்கிறார். "இல்லறத்தில் ஈடுபடும் இதயங்கள்" எனும் மூன்றாவது நூலினை 2022 ஆம் ஆண்டு தனது மகனின் திருமணத்தின் பொழுது வெளியிட்டதைத் தொடர்ந்து, "மாமல்லபுரம்" எனும் தலைப்பிலான சிறுவர்களுக்கான நூலினை, டிசம்பர் மாதம் 2022 ஆம் ஆண்டு சென்னையில் நடைபெற்ற சர்வதேச புத்தகக் கண்காட்சியில் டிஸ்கவரி புக் பேலஸ் மூலம் வெளியிட்டிருக்கிறார்.

மகாகவி தமிழன்பன் நூலோடு நான் எனும் தொடர் காணொளி நிகழ்ச்சி, மலேசிய பிரைன் சிட்டி அமைப்பின் தமிழமுது நிகழ்ச்சி, உலகப் பெண் கவிஞர்கள் அமைப்பின் ஞாயிறுமலர் நிகழ்ச்சி போன்ற நிகழ்ச்சிகளில் பங்கு பெற்று நூல்களை அறிமுகம் செய்திருக்கிறார். அமெரிக்கத் தமிழ் ரேடியோ நிகழ்த்தும் கவிப்பூங்கா நிகழ்ச்சியில் தனது கவிதைப் படைப்புகளுடன் தொடர்ந்து பங்கெடுத்து வருகிறார். பொறியியல் கல்லூரி மாணவிகளுக்கு தமிழர் பண்பாடு சார்ந்த தலைப்புகளில் உரையாற்றியிருக்கிறார். தமிழ்நாடு கலை இலக்கியப் பெருமன்றம் தஞ்சாவூர், மகளிர் குழு ஒருங்கிணைக்கும் வைரவிழா

சிறப்பு நிகழ்ச்சியான மெய்நிகர் சந்திப்பு நிகழ்ச்சிகளில் பங்குபெற்று உரை நிகழ்த்தியும் நூல்களின் அறிமுகமும் செய்திருக்கிறார்.

நான் ஒரு ஐஏஎஸ் அகாடமியின் இயக்குனர் தமிழ்இயலன் அவர்களின் தலைமை ஒருங்கிணைப்பில் தொடர்ந்து நடந்து கொண்டிருக்கும் கலந்துரையாடுவோம் நிகழ்ச்சியில் கவிதைகள் குறித்து உரையாற்றியிருக்கிறார்.

உலகப்பெண் கவிஞர்கள் பேரவை மற்றும் பாண்டிச்சேரி ஒரு துளிக் கவிதை அமைப்பின் மூலம் கலந்து கொண்ட International women federation, Canada நடத்திய உலக சாதனை நிகழ்வில் ஓர் அங்கமாக பங்கு பெற்றிருக்கிறார்.

உலக சாதனை நிகழ்வான திருச்சி செம்மொழி மன்றம் நடத்திய வள்ளுவத்தைப் பரப்புவோம் என்னும் திருக்குறள் ஆய்வரங்கில் உரையாற்றி, "திருக்குறள் செம்மல் விருது" பெற்றிருக்கிறார். தேனி,வைகறை கலைஞர் உடன்பிறப்புகள் தமிழ்ச் சங்கமும், சென்னை தமிழியல் ஆய்வு மையமும் இணைந்து நடத்திய, 2022ஆம் ஆண்டிற்கான சாதனைப் பெண்கள் விருது விழாவில், "சிறந்த பெண் கவிஞர் விருது" பெற்றிருக்கிறார். 2022ஆம் ஆண்டிற்கான தமிழன்பன் 80 விருதினை உரைநடைக்காக பெற்றிருக்கிறார்.

உலகப் பாவலர் தமிழன்னை தமிழ் பேரவையின் மூலம் உரைநடைக்காக புலமைப்பித்தன் விருதினைப் (2022) பெற்றிருக்கிறார். இப்பேரவையின் பொறுப்பாளர்களில் ஒருவராக பொறுப்பு வகித்திருக்கிறார். அட்லாண்டா தமிழ் நூலகம், உலகப் பெண் கவிஞர்கள் பேரவை, வல்லினச் சிறகுகள், ஒருதுளிக் கவிதை இணைந்து நடத்திய 2022 ஆம் ஆண்டிற்கான புத்தகக் கண்காட்சியின் ஒருங்கிணைப்பாளர்களில் ஒருவராக தமிழகத்தின் சார்பாக பொறுப்பு வகித்திருக்கிறார். வல்லினச் சிறகுகள் மற்றும் உலகப் பெண் கவிஞர்கள் பேரவை மூலம் தமிழ்ப் பணி, கலைப்பணி, மற்றும் ஊடகப் பணி ஆற்றியமைக்காக அமெரிக்காவின் முதன்மையான இணைய வழி தொலைக்காட்சியான தமிழ் அமெரிக்க தொலைக்காட்சி வழங்கிய தமிழ்ப் பணி செம்மல் விருதினைப்(2022) பெற்றிருக்கிறார். வல்லினச் சிறகுகள் மின்னிதழின் ஆசிரியர் குழுவில் ஒருவராக பொறுப்பு(2023) வகிக்கிறார். அனைத்திந்திய மலையாளி அசோசியேஷன் மற்றும் ஒரு துளிக் கவிதை பாண்டிச்சேரி இணைந்து வழங்கிய 2023 ஆம் ஆண்டிற்கான, வைக்கம் முகமது பஷீர் ஈரோடு தமிழன்பன் விருதினை உரைநடைக்காகப் பெற்றிருக்கிறார்.